IBONG ADARNA

Virgeng Ináng mariquit
Emperadora sa Langit,
tulungan po yaring isip
matutong macapagsulit.

Sa aua mo po't, talaga
Vírgeng ualang macapára,
acong hamac na oveja
hulugan nang iyong gracia.

Dila co'i iyóng talasan
pauiin ang cagarilán,
at nang mangyaring maturan
ang munting ipagsasaysay.

At sa tanang nangarito
nalilimping auditorio,
sumandaling dinguin ninyo
ang sasabihing corrido.

Na ang sabi sa historia
nang panahong una-una,
sa mundo'i nabubuhay pa
yaong daquilang monarca.

At ang caniyang esposa
yaong mariquit, na reina,

ang pangala't bansag niya
ay si doña Valeriana.

Itong hari cong tinuran
si don Fernando ang ngalan
ang caniyang tinubuan
ang Berbaniang caharian.

Ang haring sinabi co na
ay may tatlóng anác sila,
tuturan co't ibabadyá
nang inyo ngang maquilala.

Si don Pedro ang panganay
na anác nang haring mahal,
at ang icalaua naman
si don Diego ang pangalan.

Ang icatlo'i, si don Juan
ito'i siyang bunsong tunay,
parang Arao na sumilang
sa Berbaniang caharian.

Ito'i, lalong mahal baga
sa capatid na dalaua,
salang malingat sa mata
nang caniyang haring amá.

Para-parang nag-aaral
ang manga anác na mahal,
malaqui ang catouaan
nang hari nilang magulang.

Ay ano'i, nang matuto na
yaong tatlóng anác niya,
ay tinauag capagdaca
nitong daquilang monarca.

Lumapit na capagcuan
ang tatlóng príncipeng mahal,
cordero'i, siyang cabagay
nag-aantay pag-utusan.

Anáng hari ay ganitó
caya co tinauag cayó,
dito sa itatanong co
ay sabihin ang totoó.

Linoob nang Dios Amá
na cayo'i, nangatuto na,
mili cayó sa dalaua
magpare ó magcorona.

Ang sagót nila at saysay
sa hari nilang magulang,
capua ibig magtangan
nang corona't, cetrong mahal.

Nang itó ay maringig na
nang haring canilang amá,
pinaturuan na sila
na humauac nang espada.

Sa Dios na calooban
sa canilang pag-aaral,

di nalao'i, natutuhan
ang sa armas ay pagtangan.

Ito'i, lisanin co muna
yaong pagcatuto nila,
at ang aquing ipagbadyá
itong daquilang monarca.

Nang isang gabing tahimic
itong hari'i, na-iidlip,
capagdaca'i, nanaguinip
sa hihigán niyang banig.

At ang bungang panaguimpan
nitong hari cong tinuran,
ang anác na si don Juan
pinag lilo at pinatay.

Ang dalauang tampalasang
sa caniya ay pumatáy,
inihulog at iniuan
sa balón na calaliman.

Sa pananaguinip bagá
nitong mahal na monarca,
nagbangon capagcaraca
sa hihigán niyang cama.

At hindi nanga na-idlip
sa malaqui niyang hapis,
sa hirap na masasapit
niyong bunsong ini-ibig.

Ito ang niyang dahilán
nang sa bungang panaguimpan
tuloy ipinagcaramdam
at sa banig ay naratay.

Nagpatauag nanga rito
marurunong na médico,
dili masabi cun anó
ang saquit nang haring itó.

Sa gayong carami bagá
medicong tinauag nila,
ay ualang macapagbadyá
sa saquít na dinadalá.

Ay mayroon namang isá
na bagong cararating pa,
siyang nagpapahayag bagá
saquit nang bunying alteza.

Ang damdam mo haring mahal
ay galing sa panaguimpán,
sa iyo'i, aquing tuturan
ang iyo pong cagamutan.

May isang ibong maganda
ang pangalan ay Adarna,
cun marinig mong magcantá
ang saquít mo'i, guiguinhaua.

Sa Tabor na cabunducan
ang siyang quinalalaguian,

cahoy na hinahapunan
Piedras Platas ang pangalan.

Cun arao ay uala roon
itong encantadang ibon,
sa iba sumasalilong
at nagpapaui nang gutom.

Cun gabing catahimican
ualang malay ang sino man,
ay siyang pag-oui lamang
sa Tabor na cabunducan.

Cayá mahal na monarca
yao'i, siyang ipacuha,
gagaling pong ualang sala
ang saquít mong dinadalá.

Nang sa haring mapaquingan
ang caniyang cagamutan,
capagdaca'i, inutusan
ang anác niyang panganay.

Si D. Pedro'i, tumalima
sa utos nang haring amá,
iguinayác capagdaca
cabayong sasac-yán niya.

Yao nanga't, lumacad na
cabunducan ang pinuntá,
at hahanaping talagá,
mahal na ibong Adarna.

Mahiguit na tatlong buan
paglacad niya sa párang,
at hindi nga maalaman
ang Tabor na cabunducan.

May dinatnang landás siya
mataas na pasalungá,
tumahan capagcaraca
itong príncipeng masiglá.

Sa masamáng capalaran
sa Dios na calooban,
nang dumating sa ibabao
cabayo niya'i, namatáy.

Di anong magagaua pa
uala nang masac-yán siya,
ang bastimento'i, quinuha
at lumacad capagdaca.

Sa Dios na calooban
na sa tanong bininyagan,
dumating siyang mahusay
sa Tabor na cabunducan.

May cahoy siyang naquita
na tantong caaya-aya,
sa caagapay na ibá
siyang tangi sa lahat na.

Ang daho'i, sacdal nang inam
para-parang cumiquinang,

diamante'i, siyang cabagay
sa mata'i, nacasisilao.

Ang naisipan nga niya
sa loob at ala-ala,
doon na tumiguil bagá
itong príncipeng masiglá.

Ang nasoc sa calooban
ang cahoy na ito'i, siyang
marahil hinahapunan
nang ibong cong pinag-lacbay.

Ay ano'i, nang gagabi na
ang Arao ay lulubóg na,
madláng ibo'i, narito na
at manga cauan ang ibá.

Sa gayóng daming nagdaan
ualang dumápo isa man,
naguló ang gunam-gunam
nitong príncipeng timtiman.

Ganitong diquit na cahoy
ualáng ibong humahapon,
aco'i, dito nalingatong
paghihintay cong malaon.

Ang nasoc sa ala-ala
sa loob niyang mag-isá,
ang siya ay magpahingá
at búcas lumacad siya.

Humilig nanga't, sumandal
doon sa cahoy na mahal,
sa malaquing capaguran
siya'i, tambing nagulaylay.

Ay ano'i, nang tahimic na
ang gabí ay lumalim na,
siya nangang pagdating na
niyong ibong encantada.

Dumapo na siyang agad
sa cahoy na Piedras Platás,
balahibo ay nangulág
pinalitán niyang agad.

At capagdaca'i, nagcantá
itong ibong encantada,
ang tinig ay sabihin pa
tantong caliga-ligaya.

Ang príncipe ay hindi na
nacaringig nang pagcantá,
pagtúlog ay sabihin pa
himbing na ualang capara.

Ang sa ibong ugali na
cun matapos na magcantá,
ay siyang pag-táe niya
at matutulog pagdaca.

Sa masamáng capalaran
ang príncipe'i, natai-an,

ay naguing bató ngang tunay
ang catauan niyang mahal.

Di anong magágaua pa
nang siya'i, maguing bató na,
paghihintay sabihin pa
nang haring caniyang amá.

At nang maguing isang-taon na
hindi dumarating bagá,
inutusan capagdaca
si don Diegong pangalauá.

Sumunód at di sumuay
sa hari niyang magulang,
iguinayác capagcuan
cabayo niyang sasac-yán.

Pagca-handa'i, lumacad na
cabunducan ang tinumpá,
at hahanapin nga niya
ang bunying ibong Adarna.

Mahiguit sa limang buan
nag-lacad niya sa párang,
hindi naman maalaman
ang Tabor na cabunducan.

Nang siya ay dumating na,
sa daan na pasalunga,
nagtuloy at umahon na
itong príncipeng masiglá.

Sa masamáng capalaran
nang dumating sa ibabao,
nabual nanga't, namatay
ang cabayong sinasac-yán.

Di anong magagaua pa
sa cabayong namatay na,
ang báon niya'i, quinuha
at lumacad capagdaca.

Nang siya'i, dumating naman
sa Tabor na cabunducan,
may cahoy siyang dinatnan
diquít ay di ano lamang.

Nang caniyang mapagmalas
ang cahoy Piedras Platas,
ang dahon ay cumiquintáb
diquít ay ualang catulad.

Ang nasoc sa ala-ala
nitong príncipeng magandá,
cahoy na caaya-aya
hapunán niyong Adarna.

Sa puno nang cahoy baga
may bató siyang naquita,
cristal ang siyang capara
nacauiuili sa matá.

Doon niya napagmalas
ang cahoy na Piedras Platas

ang balát ay guintóng uagás
anaqui'i, may piedrerías.

Sa toua niya't, ligaya
sa cahoy niyang naquita,
oras nang á las cinco na
madlang ibo'i, nagdaan na.

Sa gayong daming nagdaan
manga ibong cauan-cauan,
ualang dumapo isa man
sa cahoy niyang namasdan.

Ganitong diquit na cahoy
ualang ibong humahapon,
ito'i, di co mapagnoynoy
cahalimbaua co'i, ulól.

Ang cahoy na caagapay
mayroong ibong nagdaan,
ito'i, siyang tangi lamang
bucód na hindi dapuan.

Cahit anong casapitan
ay hindi co tutugutan,
na cun anong cabagayán
sa cahoy na gaua't, laláng.

Ay ano'i, nang lumalim na
ang gabí ay tahimic na,
doon sa batóng naquita
ay nangublí capagdaca.

Ay ano'i, caalam-alam
sa caniyang paghihintay,
siya na nganing pagdatál
nang ibong Adarnang mahal.

Dumapo na nganing agád
sa cahoy na Piedras Platas,
at naghusay nangang caguiat
balahibong sadyang dilág.

Sa príncipeng napagmasdan
ang sa ibong cariquitan,
icao ngayo'i, pasasaan
na di sa aquin nang camay.

Ay nang macapaghusay na
itong ibong encantada,
ay siya nangang pagcantá
tantong caliga-ligaya.

Sa príncipenapaquingan
ang voces na sadyang inam,
capagdaca'i, nagulay-lay
sa caniyang pagcasandal.

Sino cayang di maidlip
sa gayong tinig nang voces,
cun marinig nang may saquít
ay gagaling siyang pilit.

Macapitong hintó bagá,
ang caniyang pagcacantá,

pitó naman ang hichura
balahibong maquiquita.

Nang matapos nganing lahat
yaong pitóng pagcocoplas,
ay tumáe namang agad
itong ibong sadyang dilág.

Sa casam-ang capalaran
si don Diego ay natai-an,
ay naguing bató rin naman
cay don Pedro'i, naagapay.

Di anong magagaua pa
nang siya'i, maguing bató na,
paghihintay sabihin pa
nang haring caniyang amá.

Hindi niya mautusan
ang anác na si don Juan,
at di ibig mahiualay
cahit susumandalí man.

Si don Jua'i, naghihintay
na siya ay pag-utusan,
aayao tauaguin naman
nang hari niyang magulang.

Siya nanga'i, nagcusa na
dumulog sa haring amá,
nag-uica capagcaraca
nang ganitong parirala,

Aco po'i, pahintulutan
nang haring aquing magulang,
aco ang quiquita naman
nang iyo pong cagamutan.

Ngayon ay tatlóng taón na
hindi dumarating bagá,
ang capatid cong dalaua
saquít mo po'i, malubha na.

Ang sagót nang haring mahal
bunsóng anác co don Juan
cun icao ay mahiualay
lalo co pang camatayan.

Mapait sa puso't, dibdib
iyang gayác mo't, pag-alís,
hininga co'i, mapapatid
cun icao'i, di co masilip.

Isinagót ni don Juan
ó haring aquing magulang,
sa loob co po'i, masucal
mamasdan quitang may damdam.

Cundi mo pahintulutan
ang aquing pagpapaalam,
ay di mo mamamalayan
ang pag-alis co't, pagpanao.

Sa uinicang ito naman
ang hari ay natiguilan,

at segurong magtatanan
ang príncipeng si don Juan.

Lumuhod na capagdaca
sa haráp nang haring amá,
bendición po'i, igauad na
siya cong maguing sandata.

Capagdaca'i, guinauaran
at siya'i, binendicionan,
at sa reinang iná naman
ay lumuhód capagcuan.

Ay ano'i, nang matapos na
na mabendicionan siya,
ay nagtindig capagdaca
itong príncipeng masiglá.

Ang despensa ay binucsán
nuha nang limang tinapay,
siyang babaunin lamang
sa talagang parurunan.

Di sumacay sa cabayo
nag-lacad nangang totoo,
ang príncipe nganing itó
cabunducan ang tinungo.

Doon sa paglacad niya
ualang tauong naquiquita,
paratí sa ala-ala
ang Vírgen Santa María.

Cung mahustong isang buan
paglacad niya sa parang,
ay siyang pagcain lamang
nang isang baong tinapay.

Sa isang buan ang isa
nang pagcaing muli niya,
parang nagpepenitencia
nang sa ibon ay pagquita.

Madai't, salita naman
at di co na pahabaan,
ay naguing apat na buan
pag-lacad niya sa parang.

Sa aua nang Vírgen Iná
cay don Juan de Berbania,
ay dumating capagdaca
sa daan na pasalunga.

Nang sa príncipeng matignan
taas niyong cabunducan,
lumuhód siya't, nagdasál
sa Vírgeng Ináng marangal.

Aco'i, iyong caauaan
Vírgeng calinis-linisan,
at aquin ding matagalán
itong mataas na daan.

Nang siya'i, matapos naman
pagtauag sa Vírgeng mahal,

nuha nang isang tinapay
at cumain capagcuan.

Sa limang tinapay bagá
na baon niyang talaga,
iisa na ang natira
na pangpauing gutom niya.

Nang matapos nang pagcain
sumalunga siyang tambing,
sa aua nang Ináng Vírgeng
ualang hirap na dinating.

Nang dumating sa ibabao
ang príncipeng si don Juan,
doo'i, caniyang dinatnán
isang leprosong sugatán.

Anitong leproso't, badyá
maguinoó po aniya,
na cun may baon cang dalá
aco po'i, limosán mo na.

Sa Dios po alang-alang
aco'i, iyong cahabagán,
cun gumaling ang catauan
ay aquin ding babayaran.

Isinagot ni don Juan
aco nga'i, mayroong taglay,
natirang isang tinapay
na aquing baon sa daan.

Dinucot na capagdaca
yaong tinapay na isa,
caniyang ibinigay na
sa leproso na naquita.

Anitong matanda't, saysay
pasasaan ca don Juan,
sabihin mo't, iyong turan
ang layon mo't, iyong pacay.

Anang príncipe at badyá
ganito po'i, maquinig ca,
sasabihin cong lahat na
ang sadya cong quiniquita.

Ang ama co'i, may damdam
sa banig ay nararatay,
ang ibong Adarna lamang
ang caniyang cagamutan.

Bucód dito ang isa pa
ngayon ay tatlóng taón na,
na hindi co naquiquita
ang capatid cong dalauá.

Anitong leproso bagá
don Juan maghihirap ca,
at sa pagca't, encantada
yaon ngang ibong Adarna.

Nguni't, ngayon ang bilin co
ay itanim sa pusó mo.

at nang hindi sapitin mo
na icáo ay maguing bató.

Sa iyong paglalacad diyan
ay may cahoy na daratnan,
diquít ay di ano lamang
cauili-uiling titigan.

Doo', huag tumiguil ca
na sa cariquitan niya,
totoong ualang pagsala
don Jua'i, mamamatay ca.

Sa ibaba'i, tumanao ca
may bahay cang maquiquita
ang magtuturo ay siya
doon sa ibong Adarna.

Yaring limos mong tinapay
ay cunin mo na don Juan,
nang may canin ca sa daan
sa láyo nang paroroonan.

Anitong príncipe't, badyá
ugali pagcabata na,
na cun mailimos co na
ay di co na quinucuha.

Pinipilit na ibigay
ang limos niyang tinapay,
umalis na si don Juan
siya'i, hindi pinaquingan.

Sa mahusay na pag-lacad
nitóng príncipeng marilág,
sumapit siyang liualas
sa cahoy na Piedras Platas.

Nang maquita ni don Juan
yaong cahoy na malabay,
loob niya'i, natiguilan
sa gayon ngang cariquitan.

Naualá sa ala-ala
yaóng bilin sa caniya,
parang naencanto siya
sa cahoy niyang naquita.

Sa caniyang pagmamalas
sa dahong nagsisiquintáb,
gayon din naman ang lahat
na anaqui'i, guintóng uagás.

Ay ano'i, caguinsa-guinsá
na sa panonoód niya,
ay parang pinucao bagá
ang caniyang ala-ala.

Tinutóp nanga ang noó
at nag uica nang ganito,
abá at nalimutan co
yaóng bilin nang leproso.

Sa ibabá'i, tumingin siya
ay may bahay ngang naquita,

lumacad na capagdaca
itóng príncipeng masiglá.

Nang dumating sa hagdanan
napatano capagconan,
capagdaca ay dumungao
isang ermitañong mahal.

Pinapanhic na sa bahay
ang príncipeng si don Juan,
at ang ermitaño naman
ang pagcai'i, inilagay.

Umupo na sa lamesa
nagsalo silang dalaua,
ay sa príncipeng naquita
tinapay na limos niya.

At nag-uica capagdaca
sa loob niyang mag-isa,
itong tinapay cong dalá
ay baquit narito baga.

Yaóng aquing linimosán
leprosong gagapang-gapang,
sacá dito'i, ibá naman
ermitaño ang may tangan.

Ngayo'i, hindi maisip co
sa Dios itong secreto,
anaqui'i, si Jesucristo
ang mahal na ermitaño.

Nang matapos ang pagcain
ermitaño ay nagturing,
don Jua'i, iyong sabihin
cun anong sadyá sa aquin.

Isinagot ni don Juan
sa ermitañong marangal,
gayon po'i, iyong paquingan
at aquing ipagsasaysay.

Ang sadyá co po aniya
dahil sa ibong Adarna,
igagamót na talagá
sa hari pong aquing amá.

Ang sagot nang ermitaño
don Juan iyang hanap mo,
maghihirap cang totoo
at ang ibo'i, encantado.

Isinagót niya naman
cahit aquing icamatáy,
ituro mo po ang lugar
at aquing paroroonan.

Ang sagot nang ermitaño
don Jua'i, maquiquita co,
na cun bagá nga totoó
ang pagsunód sa amá mo.

Ang cahoy mong naraanan
cauili-uiling pagmasdan,

yaon ang siyang hapunán
nang ibon mong pinapacay.

Na cun siya'i, dumating na
sa cahoy ay magcacantá,
at ang gabi'i, malalim na
ualang malay cahit isá.

At cun yao'i, matapos na
nang caniyang pagcacantá,
pitó naman ang hichura
balahibong maquiquita.

Ay nang iyong matagalán
pitóng cantang maiinam,
quita ngayon ay bibiguian
nang maguiguing cagamutan.

Naito at iyong cuha
pitóng dayap at navaja,
ito'i, siyang gamót bagá
na sa ibong encantada.

Balang isang cantá naman
ang catauan mo'i, sugatan,
at sa dayap iyong pigán
nang di mo macatulugan.

At cun ito'i, matapos na
nang macapitóng pagcantá,
ay siyang pagtáe niya
don Juan ay umilag ca.

Capag icao'i, tinamaan
nang táe nang ibong hirang,
maguiguing bató cang tunay
doon ca na mamamatáy.

Naito'i, cunin mo naman
ang cintas na guintong lantay,
pagca-hauac ay talian
at gapusin mong matibay.

Caya bunsó hayo ca na
at ang gabi'i, malalim na,
at malapit nanga bagá
dumating yaóng Adarna.

Yáo nanga si don Juan
sa Tabor na cabunducan,
at caniyang aabangan
ang ibong pinag-lalacbay.

Nang siya'i, dumating na
sa puno nang cahoy bagá
doon na hinintay niya
yaon ngang ibong Adarna.

Ay ano'i, caalam-alam
sa caniyang ipaghihintay,
ay siyang pagdating naman
niyaong ibong sadyang mahal.

Capagdaca ay naghusay
balahibo sa catauan,

ang cantá'i, pinag-iinam
cauili-uiling paquingan.

Naghusay namang mulí pa
itong ibong encantada,
umulit siyang nagcantá
tantong caliga-ligaya.

Nang sa príncipeng marinig
yaóng matinig na voces,
ay doon sa pagca-tindig
tila siya'i, maiidlip.

Quinuha na capagdaca
ang dala niyang navaja,
at caniyang hiniua na
ang caliuang camay niya.

Saca pinigán nang dáyap
nitong príncipeng marilág,
cun ang ibon ay magcoplas
ay nauaualá ang antác.

Di co na ipagsasaysay
pitóng cantáng maiinam,
at ang aquin namang turan
sa príncipeng cahirapan.

Pitóng cantá'i, nang mautás
nitong ibong sacdal dilág,
pitó rin naman ang hilas
cay don Juang naguing sugat.

Ay ano'i, nang matapos na
ang caniyang pagcacantá,
ay tumáe capagdaca
ito ngang ibong Adarna.

Ang príncipeng si don Juan
inailag ang catauán,
hindí siya tinamaan
para nang unang nagdaan.

Siya nangang pagtúlog na
nitong ibong encantada,
ang pacpac ay nacabucá
dilát ang dalauang matá.

Nang sa príncipeng matátap
nagtahan nang pagcocoplas,
umac-yat na siyang agad
sa cahoy na Piedras Platas.

Nang caniya ngang maquita
ang pacpac ay nacabucá,
dilát ang dalauang mata
nilapitang capagdaca.

Agad niyang sinungabán
sa paa'i, agad tinangnan,
guinapos niyang matibay
nang cintas na guintong lantáy.

At bumabá nanga rito
ang príncipeng sinabi co,

itong ibong encantado
dinalá, sa ermitaño.

Sa ermitañong quinuha
mahal na ibong Adarna,
inilagay nanga niya
sa mariquit na jaula.

Ang uica nang ermitaño
itong bangá ay dalhin mo,
madalí ca at sundin mo
ang ipinag-úutos co.

Muha ca nang tubig naman
dalauang bató ay busan,
nang sila ay magsilitao
manga capatid mong hirang.

Si don Jua'i, lumacad na
ang banga'i, caniyang dala,
sumaloc nang tubig siya.
at ang bató'i, binusan na.

Si don Pedro'i, ang nauna
na siyang nabusan niya,
lumitao capagcaraca
at hindi namamatay pa.

Umuling sumaloc naman
si don Diego ang binusan,
nagquita silang mahusay
at hindi pa namamatay.

Malaquing pasasalamat
nang magcapatid na liyag,
ualá silang maibayad
cay don Juang manga hirap.

Sila'i, agad napatungo
sa bahay nang ermitaño,
at naghain nanga rito
pinacain silang tatló.

Ay ano'i, nang matapos na
nang pagcain sa lamesa,
capagdaca ay quinuha
garrafang may lamáng lana.

At caniyang pinahiran
yaong sugat ni don Juan,
gumalíng agad nabahao
at ualang bacás munti man.

Nag-uica ang ermitaño
mangagsi-ouí na cayó
magcasundó cayong tatló
at huag ding may mag-lilo.

Don Juan ay cunin mo na
iyang mariquit na jaula,
baca di datning buháy pa
ang monarcang iyong amá.

Bago umalis at nanao
ang príncipeng si don Juan,

ay lumuhód sa harapan
nang ermitañong marangal.

Napabendición nga muna
at saca sila'i, nalis na,
si don Pedro ay nagbadyá
cay don Diegong bunso niya.

Si don Juan ay magaling pa
hindí mahihiyá siya,
at siya ang nacacuha
nito ngang ibong Adarna.

Ang mabuti ngayon naman
ang gauin nating paraan,
patayin ta si don Juan,
sa guitna nang cabunducan.

Si don Diego ay nag-uica
iya'i, masamang acala,
ang búhay ay mauaualá
nang bunsóng caaua-aua.

Ani don Pedro at saysay
cun gayon ang carampatan,
umuguin ta ang catauan
at saca siya ay iuan.

Ito ang minagaling na
sa loob nilang dalaua,
ang cataua'i, inumog na
nang bunsong capatid nila.

Di anong casasapitan
nang pagtulungan sa daan,
ay di nanga macagaláo
ang príncipeng si don Juan.

Quinuha na capagdaca
ang dalá nga niyang jaula,
nang dalaua't, omoui na
doon so reinong Berbania.

Nang sila'i, dumating na
sa canilang haring amá
ang ibong canilang dalá
nangulugó capagdaca.

Itinanong si don Juan.
nang hari nilang magulang,
sagót nang dalauá naman
di po namin naalaman.

Nang ito'i, maringig na
ang sabi nilang dalauá,
ang saquít ay lumubhá pa
nitong daquilang monarca.

Saca ang ibong marilág
balahibo'i, nangu-ngulág,
di magpaquita nang dilág
sa haring quinacaharap.

Ang uica nang hari bagá
itó ang ibong Adarna,

anong samá nang hichura
sa ibong capua niyá.

Ang sinabi nang medico
na ito rao ibong itó,
ay may pitóng balahibo
na tantong maquiquita mo.

At cun ito ay magcantá
lubhang caliga-ligaya,
ngayo'i, nangasaan bagá,
at di niya ipaquita.

Hindi pa nga nagcacantá
itong ibong encantada,
at sapagca nga uala pa
ang cumuha sa caniya.

Ito'i, aquing pabayaan
ang di niya pagsasaysay,
at ang aquing pagbalicán
ang príncipeng si don Juan.

Ano ang casasapitan
nang umuguin ang catauan,
hindi naman macagapang
sa guitna nang cabunducan.

Di anong magagauá pa
nang di macaquilos siya,
ang nasoc sa ala-ala
tumauag sa Vírgeng Iná.

Aniya'i, ó Vírgeng mahal
anó cayang naisipan,
manga capatid cong hirang
at aco'i, pinag-liluhan.

Ang boo cong ala-ala
caming tatlo'i, tiuasáy na,
mahusay na maquiquita
mahal naming haring amá.

O bacá pa caya naman
ay sa ibon ang dahilan,
at caya pinahirapan
sila ang ibig magtangan.

Cun sinabi nila sana
ang maghauac na ay sila,
yao'i, gaano na bagá
di ibigay sa canila.

Cayo naua'i, pagpalain
nang Dios at Ináng Vírgen,
gaua ninyong di magaling
ang guinhaua'i, siyang datnin.

Nagpanibagong nangusap
ang príncipeng na sa hirap,
ó Vírgeng Ináng marilág
amponin mo di man dapat.

Aco'i, iyong calarahin
cay Jesús Anác mong guilio,

magdalita't, patauarin
sa manga gaua cong linsil.

At doon sa oras naman
cun aco ma'i, mama matáy,
caloloua co'i, hugasan
nang caniyang dugóng mahal,

Ay anó'i, caguinsa-guinsa
sa pananalangin niya,
isang matanda'i, eto na
at nag-uica capagdaca.

Don Juan ay pagtiisan
ang madla mong cahirapan,
di na malalaong arao
guinhaua'i, iyong cacamtan.

Ang cataua'i, hinipo na
at hinilot nanga siya,
gumaling na capagdaca
at siya'i, nacatindig na.

Hayo't, lacad na don Juan
moui ca sa caharian,
di pa gumagaling naman
ang haring iyong magulang.

Lumacad na at umalis
itong príncipeng mariquít,
lagay ay cahapis-hapis
damit pa ay punit-punit.

Nang dumating nga siya
sa palacio'i, nagtuloy na,
sa haráp nang haring amá
at lumuhód capagdaca.

Ang hari'i, di macagalao
sa catre niyang hihigan,
at di naquiquilalang tunay
ang anác na minamahal.

Ay sa uala ring magbadyá
na magsabi sa caniya,
ang ibong na sa jaula
ay nangusap capagdaca.

Namayagpág at naghusay
nag-linis na nang catauán,
balahibo'i, pinalitao
anaquin ay guintong tunay.

At nagcantá nang ganitó
abá haring don Fernando,
quilalanin mo ngang totoó
ang naninicluhod sa iyo.

Iyan ang bunsó mong anác
si don Juan ang pamagát,
na nagdalita nang hirap
sa utos mo ay tumupad.

Yaong anác mong dalaua
na inutusang nauna,

anoma'i, ualang nacuha
at sila'i, naguing bató pa.

Nang ito ay masabi na
tumaha't, nagbago muna,
balahibong icalauá
na mariquit sa nauna.

Saca muling nagpahayág
abá haring sacdal dilág,
paquingán di man dapat
yaong cay don Juang hirap.

Ang bunsóng anác monghirang
nagtiis nang cahirapan,
at siyang nag-alís naman
batóng balot sa catauan.

Nang masabi nanga itó
naghaliling panibago,
nang balahibong icatló
na capua esmaltado.

At nag-uica nang ganito
mahal na hari'i, dinguin mo,
nagsi-oui silang tatló
sa bahay nang ermitaño.

Sila nga ay piniguing pa
pinacain sa lamesa,
pinangaralan pa sila
anác ang siyang capara.

Nang ito'i, maipahayag
naghalili namang agád,
nang balahibong icaapat
diamante'i, siyang catulad.

Nang macacain na naman
itong ermitañong mahal,
madlang sugat ni don Juan
pinagaling niyang tanan.

Nang ito'i, masabi na
tumaha't, naghalili pa,
balahibong icalimá
cahalimbaua'i, tumbaga.

Nangsila'i lumacad naman
sa bundóc at caparangan,
si don Pedro ay nagsaysay
na patayin si don Juan.

Si don Diego'i, sumansala
yao'i, masamang acala,
sa búhay na mauauala
ni don Juang ating mutya.

Nang ito'i, maipagturing
nitong ibong nagniningning,
naghalili siyang tambing
balahibong icaanim.

Ito'i, lalong cariquitan
sa icalimang nagdaan,

mahal na hari paquingán
cay don Juang cahirapan.

Ay ang pinagcaisahan
nang dalauang tampalasan,
ay umuguin ang catauan
sa guitna nang caparangan.

Nang hindi macagalao
ang príncipeng si don Juan,
capagdaca ay iniuan
aco'i, canilang tinagláy.

Nang masabi nanga itó
naghaliling panibago
balahibong icapitó
na anaqui ay carbungco.

Ito'i, siyang catapusán
mahal na hari'i, paquingán,
pinagdaanang cahirapan
nang bunsó mong si don Juan.

Sa malaquing auang lubós
nang Vírgeng Iná nang Dios,
isang matanda'i, dumulóg
at siya'i, tambing guinamót.

Hinipo na ang catauán
at pinag-ayos ang lagay,
nacatindig na mahusay
itong príncipeng si don Juan.

Caya co di ipaquita
ang mariquit na hichura,
ay hindi dumarating pa
ang sa aquin ay cumuha.

Ang isa pa haring mahal
ang anác mong si don Juan,
siya mo pong pamanahan
nitong iyong caharian.

Nang ito'i, masabi na
nitóng ibong encantada,
tumahán na nang pagcantá
hindi na naringig niya.

Ang saquít na dinaramdam
nang haring aquing tinuran,
parang nagdahilán lamang
at gumaling ang catauán.

Ang haring si don Fernando
tinipon na ang consejo,
at pinaghuntahan dito
si don Pedro't, si don Diego.

Sa guinauang caliluhán
sa capatid nilang hirang,
cun ano ang catampatang
parusang dapat ibigay.

Ang sagot nang calahatán
destierro'i, ang carampatan,

nang huag silang mapisan
sa príncipeng cay don Juan.

Nang cay don Juang matatap
ang hatol na iguinauad,
siya ay nagdalang habág
sa capatid niyang liyág.

Lumapit capagcaraca
sa harap nang haring amá,
dinguin nang vuestra alteza
ang aquing ipagbabadyá.

Alang alang sa corona
at hauac na cetro niya,
huag nang biguiang parusa
ang capatid cong dalauá.

Cun sila'i, ipadalá man
sa malayong caharian,
di co mababatang tunay
na hindi paroroonan.

Caya haring aming amá
patauarin na po sila,
sa Dios ito'i, talagá
ang guinaua nilang sala.

Ang di magpatauad naman
sa guinauáng casalanan,
ay di rin naman cacamtán
ang gloria sa calangitán.

Nang sa haring maunaua
yaóng cay don Juang uica,
pinatauad alipala
yaóng dalauang cuhilá.

Nagsamang nuling mahusay
doon sa palacio real,
ang hari nag-uica naman
sa tatlóng anác na hirang.

Cayong tatló'i, halinhinan
sa ibong co'i, magbabantay,
ang magpaualáng sino man
macacapalit ang búhay.

Sa cahabaan nang arao
nang canilang pagbabantay,
di mauala sa gunam-gunam
cay don Pedrong cainguitan.

Ang guinaua nilang laláng
ang dalaua'i, magsasabáy,
saca hahalili naman
ang príncipeng si don Juan.

Ay nang isang gabí bagá
ang ora'i, á las doce na,
guinising na nang dalaua
ang bunsóng capatid nila.

Si don Juan ang nagbantay
niyaong gabing calaliman,

nang magmamadaling arao
siya'i, agad nagulaylay.

Ang cay don Pedrong nilaláng
linapitang dahan-dahan,
yaong jaula at binucsan
ang ibon ay pinaualán.

At saca nga umalis na
na nag-ualang quibó siya,
ay niyong mag uumaga
si don Jua'i, naguising na.

Ano'i, nang caniyang maquita
na ang ibon ay uala na,
sinidlán nang tacot siya
sa mahal na haring amá.

Ito'i, sucat na pagmasdan
nang anác na sino pa man,
sinong di matacot naman
sa castigo nang magulang.

Sa malaquing tacot niya
sa búhay na macucuha,
nagtaanan capagdaca
at siya'i, umalis na.

Nguni aquin munang lisan
ang pag-alis ni don Juan
at ang aquing ipagsaysay
ang hari niyang magulang.

Nang siya ay maguising na
nagtuloy nanga sa jaula,
ang pintó ay nacabucá
at ang ibon ay uala na.

Capagdaca ay tinauag
ang caniyang tatlóng anác,
ang dalauang lilo't, sucáb
siyang lumapit na agád.

Itinanong capagcuan
ang ibon cung napasaan,
sagót ni don Pedro't, saysay
si don Juan ang nagbantay.

Ang nagpauala po'i, siya
doon sa ibong Adarna,
at cun cami ngang dalauá
huag mo pong biguiang sála.

Ang uica nang haring mahal
ay hanapin si don Juan,
at nang aquing maalaman
cun sinong may casalanan.

Yáo nanga't, lumacad na
magcapatid na dalauá,
cabunducan ang pinunta
si don Jua'i, quiniquita.

Ito'i, aquing pabayaan
na pag-lalacad sa párang,

ang aquing ipagsaysay
ang principeng si don Juan.

Doon naghinahán siya
sa bundóc niyong Armenia,
tantong caliga-ligaya
sa tanang bundóc na ibá.

Ang cahoy sa caparangan
cauili-uiling pagmasdan,
ang damó'i, gayón din naman
sadyáng nangagdiriquitan.

Ipagparito co muna
magcapatid na dalauá,
ang paghanap sabihin pa
cay don Juang bunsó nila.

Sa mabuting capalaran
sa Dios na calooban,
canilang napatunguhan
ang Armeniang cabunducan.

Doon nga nila naquita
ang bunsóng capatid nila,
si don Diego'i, nag-uica na
nang ganitong parirala.

Cun dalhín ta si don Juan
sa Berbaniang caharian,
quita ang parurusahan
nang haring ating magulang.

Ngayo'i, lalong mabuti pa
tayong tatló'i, magsasama,
at huag nating ipaquita
sa mahal na haring amá.

Doon nga tumahan sila
tatlóng magcapatid bagá,
ang tuá ay sabihin pa
sa cabunducang Armenia.

Ay ano'i, caguinsa-guinsa
isang balón ang naquita,
ibig ni don Juan bagá
ang lalim mataróc niya.

May lúbid nga sa ibabao
ang balón nilang dinatnán,
ay nag-uica si don Juan
acó ay inyong talian.

Sumagót nga si don Diego
aco'i, matanda sa iyo,
ang ihulog muna'i, aco,
ang lalim nang matantó co.

Si don Pedro'i, nagpahayag
aco'i, matanda sa lahat,
aco ang siyang marapát
na sa baló'i, sumiyasat.

At capag aquing tinangtáng
ang lúbid na iyong tangan,

hilahin ninyo pagcuan
nang aco'i, mapaibabao.

Tinalian nanga siya
inahulog capagdaca,
tatlong puóng dipa bagá.
ang siyang sinapit niya.

Sa malaquing catacután
ang lúbid agad tinangtáng,
hinila na sa ibabao
nang dalauang nagtatangan.

At tinanong nanga nila
cun ano bagang naquita,
paquingan ninyong dalauá
ang aquing ipagbabadyá.

Ang balón cong nilusungan
di co mataróc ang hangán,
dilím na di ano lamang
aco ay nahintacutan.

Ani don Diego naman
acó ang inyóng talian,
at nang aquing maalaman
ang sa balóng cahanganan.

Tinalian capagdaca
at siya'i, inihulog na
tatatló pa lamang dipá
ang siyang sinapit niya.

Sa malaquing tacot bagá
ang lubid ay tinangtáng na,
sa ibabao ay hinila
nang capatid na dalauá.

Ani don Juan at saysay
sa amin ay iyong turan,
cun inabót mo ang hangán
nang balón mong linusungan.

Sagót ni don Diego naman
di co masapit ang hangan,
at sa lubhang cadilimán
loob co'i, nahintacutan.

Ani don Juan at turing
aco ang taliang tambing,
at aquing sisiyasatin
itóng balóng sacdal dilím.

Tinalian capagdaca
ang bunsóng capatid nila,
sa baló'i, inihulog na
nang capatid na dalaua.

Ang sa historia ngang saysay
na sa balóng calaliman,
mahiguit sa isang daan
na dipá ang casucatán.

Nang siya nga'i, dumating na
sa fondo nang balón bagá,

ay quinalág capagdaca
ang lubid na tali niya.

Lumacad na capagcuan
ang príncipeng si don Juan,
isang pintó ang binucsán
pumasoc na nagtuluyan.

May isang campong maluang
doo'i, caniyang dinatnán,
linis ay ualang cabagay
nang lupang tinatapacan.

Ang sari-saring bulaclac
naroo't, namamacetas,
diquít ay ualang catulad
bangó'i, humahalimuyac.

Doon sa pag-libot niya
sa macetas at sampaga,
may bahay siyang naquita
diquít ay ualang capara.

Tumauag na capagcuan
ang príncipeng si don Juan,
siya naman ay dinungao
nang princesang na sa bahay.

Nang maquita'i, binati na
ang mariquit na princesa,
bibiguiang arao na maganda
poon nang tanang sampaga.

Anang princesa'i, ganito
salamat naman sa iyo,
namamangha ang loob co
nang iyong pagcaparito.

Sagót nang príncipe't, uica
abá mariquit na tala,
pagcaparito co'i, bigla
dalá nang sintang gahasa.

Inalipád sa itaas
nang malabay niyang pacpac,
saca po caringat dingat
sa harapan mo'i, lumagpác.

Caya mahal na diosa
huag cang mag-ala-ala,
sa Dios ito'i, talagá
tangáp ang hain cong sinta.

Ang sagot ni doña Juana
na cun may tapang cang dalá
magtulóy na pumanhic ca
at dini mag-usap quita.

Pumanhic na capagcuan
ang príncipeng si don Juan,
at nuha nang silla naman
ang dalaua'i, nag-agapay.

Ang uica nang princesa
doon sa hain mong sinta,

malaqui cong ala-ala
sa loob bagáng mag-isa.

Saan quita ilalagay
na iyong pagtataguan,
at baca icao ay datnan
nang giganteng tampalasan.

Yaong lilo at cuhilá
sa aqu'i, nag-aalaga,
malaqui co ngayong aua
sa buhay mong mauauala.

Isinagót ni don Juan
ualin mo sa gunam-gunam
at hamac sa aquing camáy
ang giganteng tampalasan.

Sa pag-uusap nila
nang príncipe at princesa,
siya nangang pagdating na
nang giganteng palamara.

Sa hagdan nang dumating na
tinauag si doña Juana,
amóy manusia aniya
dito'i, may tauo cang ibá.

Si don Jua'i, sumagót nga
anong dami mong usisa,
aco ang siyang nagsadyá
sa princesa mong alagá.

Anitong gigante naman
malaqui cong catuaan,
mayroon acong dinatnan
na sucat cong icabuhay.

Isinagót ni don Juan
yao'i, sucat mong asahan,
cun aco'i, iyong mapatay
pagsil-in ang aquing bangcay.

Anang gigante at badyá
cun gayon ay lalaban ca,
hinauacan capagdaca
ang espada't, naghamoc na.

Sa mabuting capalaran
sa Dios na calooban,
ay napatay ni don Juan
ang giganteng tampalasan.

Anang príncipe at badyá
ó mariquit na princesa,
anong hinihintay mo pa
at di pa umalis quita.

Ang sagót ni doña Juana
may lumbay rin acong dalá,
at aquing maiiuan pa
bunsó cong si Leonora.

Nariyan sa cabila naman
ang siyang quinalalaguian,

may alilang nagtatangan
isang serpienteng matapang.

Ani don Juang masiglá
dito ay iiuan quita,
at paroroonan siya
capatid mong Leonora.

Lumacad na nagtuluyan
itong príncipeng matapang,
doon sa icalauang bahay
sa mata'i, nacasisilao.

Ang hagda'y, gintong lantay
cauili-uiling titigan,
na cun sa lupang ibabao
ualang catulad cabagay.

Napatauo capagdaca
itong príncipeng masiglá,
siya namang pagdungao na
nang princesa Leonora.

Nang cay don Juang maquita
ang cariquitan at ganda,
ito'i, lumalo aniya
doon cay doña Juana.

Big-yan nang Dios na mahal
niyong pong magandang arao,
sagot nang princesa naman
ay capua maquinabang.

Nguni aco'i, namamangha
ó príncipeng daraquila,
lugar na ito'i, lihim nga
ay baquin mo naunaua.

Isinagót ni don Juan
ay abá palabang Buan,
paquinga't, aquing tuturan
ang sa aquin ay nagtaglay.

Isang bungang panaguimpan
sa pagtulog co'i, pumucao,
ang catulad co't, cabagay
ang isang pinag-ulapan.

Ang sa bungang tulog co nga
na pumucao sa pag-higa,
sa ilalim nitong lupa
ay mayroong isang tála.

At sa aquing pangangarap
aco'i, agád inalipad,
camuc-há'i, ibong may pacpác
dito aco inilagpac.

Hindi co nga máalaman
itó pong lihim na lugar,
sa Dios na calooban
cun caya po natutuhan.

Cayá mahal na princesa
huag cang mag-ala-ala,

ang Dios ang may talagá
cayá tangáp yaring sintá.

Sagót nang princesa't, sulit
magtulóy ca pong pumanhíc,
at nang iyo pong mabatid
handóg mong sintá sa dibdib.

Pumanhíc na capagdaca
itong príncipeng masiglá,
sa silla ay umupó na
nag-usap silang dalauá.

Isinagót ni Leonora
tungcól sa alay mong sintá,
malaquí cong ala-ala
serpiente'i, cun dumating na.

Saan quitá ilalagáy
na sucat mong pagtaguan,
nang hindi ca maamuyan
niyong lilo't, tampalasan.

Sagót nang príncipe't, badyá
huag cang mag-ala-ala,
ang bahala ay acó na
sa tacsíl at palamara.

Ano ay caguinsa-guinsa
ang lúpa ay umugong na,
siyang pagdating pagdaca
nang serpienteng palamara.

Sa hagdana'i, lumapit na
tinauag na si Leonora,
amóy manusia aniya
dito'i, may tauo cang ibá.

Sumagót si don Juan
sa serpienteng tampalasan,
yaring espada cong tagláy
aalis nang iyong búhay.

Anang serpiente'i, ganitó
iyan ang siyang hanap co,
ualang pagsalang totoó
icao ay bibihaguin co.

Ano pa nga at nag-laban
ang capua lacas, tapang,
ang príncipe'i, di tamaán
nang serpienteng tampalasan.

Ang isang catacá-tacá
sa tacsíl at palamara,
ang úlo'i, cun mapútol na
naniniquit na mulí pa.

Nang maguing tatlóng oras na
ang canilang pagbabaca,
cay don Juan ay nagbadyá
ang tacsíl at palamara.

Quita ay magpahingaláy
nitóng ating pag-lalaban,

61

napa-ayon si don Juan
sa serpienteng tampalasan.

Sa príncipeng pagcalagay
sa bintanang tapat naman,
ang princesa ay dumungao
at siya ay tinauagan.

Don Juan ay abutín mo
itóng mahal na bálsamo,
at siyang ibubuhos mo
sa mapupútol na úlo.

Ang balang úlong mapugay
cahit siya'i, lumucsó man
cun ma agád mong mabusan,
di mauulí sa lagay.

Quinuha na capagdaca
ang mahal na balsamera,
at mulíng naghamoc sila
nang serpienteng palamara.

Nang maputol na ang anim
na úlo nang lilo't, tacsíl,
at di na mauling tambing
cagalitan ay sabihin.

Lalo nga ang cagalitan
dito sa princesang mahal,
at biniguian si don Juan
nang bálsamong cagamutan.

Anang serpiente at badyá
dini sa úlo cong isá,
na ngayo'i, natitirá pa
sa búhay ninyo'i, cucuha.

Ang dalaua'i, nagsagupa
umulit silang nagbangá,
ang úlong natitirá nga
nalaglág agád sa lúpa.

Capagdaca ay binusan
nang bálsamo ni don Juan,
siya nangang pagcamatáy
nang serpienteng tampalasan.

Ani don Juan at badyá
ó mariquit na princesa,
anong hinihintáy mo pa
at hindi umalís quitá.

Sa pagmamadaling tunay
nang princesang matimtiman,
ang lobo niyang aliuan
ang na-isucbit na lamang.

Diamanteng singsing niya
ay naiuan sa lamesa,
nagsi-alis nanga sila
dalauang magcasi't, sintá.

At canilang dinaanan
si doña Juanang marangal,

ang tatló'i, nalis naman
at sa lúbid nagtuluyan.

Nang sila ay dumating na
sa lúbid na laan bagá,
sila ay nangagtáli na
at hinila capagdaca.

Nang dumating sa ibabao
ang tatló'i, magcacasabáy,
si don Diego ay nagsaysay
narito na si don Juan.

Cay don Pedrong maquita
mariquit na Leonora,
tinablán agád nang sintá
púso niya't, ala-ala.

Niyong sila'i, aalis na
at oouí sa Berbania,
ay nangusap capagdaca
ang princesa Leonora.

O don Juang aquing búhay
ay aquing nacalimutan,
ang singsing cong minamahal
sa lamesa ay naiuan.

Anang príncipe at badyá
cayo'i, maghintay aniya
at aquing cucunin muna
yaong singsing nang princesa.

Ani doña Leonora
huag na guilio co't, sintá,
cun paroon cang mag-isá
malaqui cong ala-ala.

Ang uinica ni don Juan
yao'i, masamáng maiuan,
aquin ngang pagbabalicán
at aco'i, nahihinayang.

Sa hindi ngani mapiguil
itong príncipeng butihin,
ay nagtali nangang tambing
lumusong na magtuloy rin.

Nang mayroong sampóng dipá
ang lúbid na nahugos na,
ay pinatíd capagdaca
ni don Pedrong palamara.

Di anong casasapitan
sa gayong lalim na hucay,
gauang capanganyayaan
capatid na tampalasan.

Nang maquita nang princesa
guinauá sa casi't, sintá,
halos manao ang hininga
sa baló'i, tatalóng sadyá.

Agád siyang hinauacan
ni don Pedrong tampalasan,

aanhin mo si don Juan
aco'i, narito rin naman.

Ang nasoc sa ala-ala
nang hindi bitiuan siya,
ang lobong aliuan niya
caniyang paualán bagá.

Quinuha na sa sucbitan
at inihulog sa húcay,
nguni't, bago binitiuan
caniyang pinagbilinan.

Cun nasactan si don Juan
gamutin mo capagcuan,
siya'i, aquing hinihintay
sa caniyang caharian.

Umalis at lumacad na
magcapatid na dalaua,
sampong dalauang princesa
ina-oui sa Berbania.

Atin munang pabayaan
ang paglalacad sa parang,
at ang aquing ipagsaysay
ang hari nilang magulang.

Yaón ang napanaguimpán
nang haring Fernandong mahal
ang anác na si don Juan
pinag-lilo at pinatáy.

Ito'i, lisanin cong agád
na sa haring napangarap,
at ang aquing ipahayág
ang apat na naglalacád.

Nang sila'i, dumating na
doon sa reinong Berbania,
sa palacio'i, nagtuloy na
humarap sa haring amá.

Lumuhód na sa harapán
nang amá nilang magulang,
canilang ipinagsaysay
lahat nang pinagdaanan.

Si don Juan po'i, hindi na
na amin siyang naquita,
itong dalauáng princesa
ang siya naming nacuha.

At sa lupang calaliman
doon namin nasumpungán,
may alagang nagtatangan
gigante't, serpienteng hunghang.

Cami ay naquipagbaca
at lumaban sa canila,
nang manga-patáy pagdaca
manga princesa'i, dinalá.

Nang ito'i, mapaquingan
nang hari nilang magulang,

di hamac ang catauaán
at sila'i, benendicionan.

Itong hari'i, may tuá man
sa manga princesang taglay,
malaqui ring calumbayan
sa anác na cay don Juan.

Nagsitindig capagdaca
capua tinanong sila,
na cun alin sa dalauá
ang maguiguing asaua.

Sumagót na capagcuan
si don Pedrong tampalasa't,
tinuro sa haring mahal
si Leonorang timtiman.

Itong mahal na princesa
lumuhód capagcaraca,
dinguin nang vuestra alteza
ang aquing ipagbabadyá.

Aco po ay palugalán
manga pitong taón lamang,
saca aco pacacasal
sa anác mong minamahal.

Aco'i, biguian mong tambing
nang isang silid na lihim,
at doon co tutuparin
ang panata cong gagauin.

Nang ito ay mapaquingan
nitong haring matimtiman,
caniyang ipinaayunan
sa princesang cahingian.

Inilagay nangang tambing
sa isang silid na lihim,
at doon nga gaganapin
ang panata niyang hiling.

Si don Diego't, doña Juana
iquinasal capagdaca,
catuaa'i, sabihin pa
boong reino nang Berbania.

Ay ano'i, nang matapos na
siyam na arao na fiesta,
caguluha'i, payapa na
nitóng daquilang monarca.

Aquing ipagbalic naman
sa lobong pinacaualán,
nang maquita si don Juan
manga lamóg ang catauán.

Ang guinaua capagdaca
nitong lobong encantada,
guinamót pinag-ayos na
catauáng caaya-aya.

Ano'i, nang gumaling naman
at siya nga'i, macagalao,

ang lobo'i, nuha pagcuan
nang tatlong botellang hirang.

Dalaua'i, tali sa paá
cagát sa bibig ang isa,
saca umalis pagdaca
itong lobong encantada.

Nagtulóy na capagcuan
doon sa ilog nang jordán,
nagcataóng nalilibang
yaong manga nagbabantay.

Isinaloc nanga niya
ang daláng tatlóng botella,
at lumipád capagdaca
ito ngang lobong masiglá.

Hinabol na capagcuan
niyong tanang nagbabantay,
ang lobo'i, napailanláng
at di nila inabutan.

Nang ito'i, dumating naman
sa príncipeng cay don Juan,
ang ulo'i, agad binusan
tuloy hangang talampacan.

Nang siya nga ay mabusan
tubig na galing sa jordan,
nagbango't, lumacás naman
itong príncipeng marangal.

Quinuha na niyang tambing
diamanteng naiuang singsing,
sa aua nang Ináng Vírgen
lobo ang nagparaan din.

Si don Jua'i, quinasihan
nang Dios na Poong mahal,
nacaahong matiuasáy
sa balóng quinalalag-yan.

Ang nasoc sa calooban
nitong príncipeng timtiman,
moui siyang magtuluyan
sa caniyang caharian.

Sa pag-lacad ni don Juan
sa bundóc at caparangan,
nagdamdam nang capagalan
sa tinding sicat nang Arao.

Sa isang puno nang cahoy
na malaqui't, mayamung mong
siya roon ay sumilong
at humilig naman tuloy.

Sa calamigan nang hangin
at tantong caalio-alio,
ay agad nang nagupiling
itong príncipeng butihin.

Ano ay caguinsa-guinsa
doon sa pagtulog niya,

siya nangang pagdating na
mahal na ibong Adarna.

At sa tapat ni don Juan
sa cahoy na sinilungan,
namayagpag at naghusay
balahibo sa catauán.

At saca siya nagcantá
nang tantong caaya-aya,
don Juan magbangon na
sa tulog mo'i, gumising ca,

Sa voces na mataguinting
siya'i, agad na náguising,
at pinaquingang magaling
ang sa ibong pagtuturing.

Malaquí mong ala-ala
sa princesa Leonora,
may lalo pa sa caniya
nang cariquitan at ganda.

Malayo nga rito lamang
ang caniyang caharian,
at malapit siyang tunay
sa sinisicatan nang Arao.

Na cun siya mong macuha
at iyong mapangasaua,
dito sa mundo'i, pang-una
sa cariquitan at ganda.

Yaong tatlong princesa
sa haring Salermong bunga,
si doña María Blanca,
ang matandá sa dalaua.

Sunód si doña Isabel
parang maningning na garing,
si doña Juana'i, gayon din
ang tala'i, siyang cahambing.

Hayo lacad na don Juan
sa reino nang de los Cristal,
ipagcacapuri mo naman
sa haring iyong magulang.

Nang ito ay maringig na
nitóng príncipeng masiglá.
naualá sa loob niya
ang princesa Leonora.

Lumacad na nagtuluyan
ang príncipeng si don Juan,
caniyang pinatunguhan
sinisicatan nang Arao.

Aquing lisanin na muna
yaong pag-lalacad niya,
at ang aquing ipagbadyá
ang princesa Leonora.

Arao, gabi'i, tumatangis
sa quinalalaguian'i silid,

ang caniyang sinasambit,
si don Juang sintá't, ibig.

Cun caya humingi aco
nang pitóng taóng término,
si don Juan ang hintay co
caya nagtitiis dito.

Na cun hindi ca binuhay
nang lobo cong pinaualán,
caloloua mo man lamang
aco'y paqui-usapan.

Ito'i, itiguil co muna
pananaghoy nang princesa,
at ang aquing ipagbadyá
si don Juan de Berbania.

Tatlóng taóng ualang culang
ang pag-lalacad sa párang,
hindi niya maalaman
ang reino nang de los Cristal.

Sa malaquing capalaran
nang príncipeng si don Juan,
ay nasalubong sa daan
ang isang matandang mahal.

Anang príncipe at badyá
núno'i, magdalang áua ca
na cun may baon cang dalá
aco'i, limusan po niya.

Sagót nang matanda naman
mayroon nga acong taglay,
munting duróg na tinapay
quinacain co sa daan.

Narito't, cumuha ca na
at nang huag magutom ca,
nang cay don Juang maquita
ay nasuclám bagá siya.

Ang tinapay ay maitim
ang isa pa ay bucbúquin,
sa malas niya at tingin
nacasusuclám na canin.

Sa malaquing cagutuman
nang príncipeng si don Juan,
nuha nang munti lamang
at para bagang titicmán.

Nang caniyang malasahan
itong bucbúquing tinapay,
masarap at malinamnam
parang cahahango lamang.

Anitóng matandá bagá
ang aquing bumbóng na dalá,
may lamang pulót aniya
cumuha at uminóm ca.

Humigop na si don Juan
nitong pulót nang puquiotan

ay naualá capagcuan
ang caniyang cagutuman.

At nulí ngang nag-uica pa
matandang causap niya,
diyan sa bumbóng na isá
may lamáng tubig aniya.

Huag mong ubusin lamang
caunti aco't, iuanan,
at mahaba pa ngang aráo
ang pag-lacad co sa párang.

Nang maquita ni don Juan
yaong bumbóng na may lamán,
ay isang dulong cauayan
ang siyang quinalalag-yan.

Uica nang principe at badya
núno po ay maquinig ca,
cun ito'i, ubusin co na
munti ma'i, ualang itirá.

Sagót nang matandá naman
inomin mo na don Juan,
cahit aco'i, maualá man
huag icao ang magculang.

Ininóm na ni don Juan
tubig na camuc-ha'i, cristal,
sa Dios na calooban
hindi nagculang munti man.

Nang caniyang mapagmasdan
ang tubig ay di nagcuculang,
ang matandáng ito naman
segurong may carunungan.

Umulit pa ngang nag-uica
itong príncipeng daquila,
ugali nang isang bata
ang magtanong sa matandá.

Sagót nang matandá naman
sabihin mo't, iyong turan,
ang loob co'i, namaáng
nang layong pinangalingan.

Isinagót ni don Juan
ganitó po ay paquingan,
ang aquing pong pinapacay
ang reino nang de los Cristal.

Sagót nang matanda'i, ito
Jesús na Panginoon co,
ang pag-lalacad cong ito
isang daang taóng husto.

Hindi co napag-alaman
ang reino nang de los Cristal.
iyang hanap mo don Juan
malayong di ano lamang.

Nguni't, quita'i, tuturuan
sundin mo't, huag sumuay,

lumacad cang magtuluyan
icapitóng cabunducan.

Doon ay inyong daratnán
isang ermitañong mahal,
at siya mong pagtanungan
nang sadyá mong caharian.

Narito't, ngayo'i, cunin mo
capiraso nang báro co,
at siyang ipaquita mo
sa daratnang ermitaño.

Cun icao ay tatanungin
nang quinunan mo cun alin,
ang pangalan mong sabihin
isang matandáng sugatín.

Yao nanga at pumanao
ang príncipeng si don Juan,
caniyang pinatunguhan
icapitóng cabunducan.

Ito'i, lisanin co muna
manga, pag-lalacad niya
at ang aquing ipagbadyá
ang princesa Leonora.

Parati nang tumatangis
sa quinalalag-yáng silid,
ang caniyang sinasambit
si don Juang sinta't, ibig.

Cundi ca guinamot naman
nang lobo cong binitiuan,
baquit di pinagbalican
nang hayop cong inutusan.

Tatlóng taón nang mahiguit
yaring aquing pagtitiis,
saca ang maipagsasapit
macacasal sa di ibig.

Diyata matuid naman
at iyo nang calooban,
na acó ay mapacasál
cay don Pedrong tampalasan.

Ito'i, uacás na at hangán
nang pagtauag co don Juan,
cun culanging capalaran
aco'i, di mo na daratnan.

Ito'i, lisanin cong agad
ang sa princesang pagtauag,
at ang aquing ipahayag
ang príncipeng naglalacad.

Limang buang hustó bagá
yaóng pag-lalacád niya,
siya namang pagdating na
sa mariquit na ermita.

Doo'i, caniyang dinatnan
isang ermitañong mahal,

balbás ay hangang sa bay-uang
nacatatacot cun tingnán.

Anang matanda'i, ganitó
umalis ca manunucsó,
mahaba nang taón aco
ualang sumasapit dito.

Sagót ni don Jua't, uica
nuno'i, huag cang mamangha,
aco'i, inutusang cusa
isang mahal na matandá.

Narito po't, iyong cuha
capirasong baro niya,
sa ermitañong maquita
ay inabót capagdaca.

Hinagcán na't, tinangisan
yaong baro niyang tangan,
luha sa mata'i, bumucal
parang agos ang cabagay.

At nag-uica nang ganitó
Jesús na Panginoon co,
ngayon lamang naquita co
ang mariquit na baro mo.

Ang hindi co naquita
catauan mong mapanintá,
di co nababayaran pa
ang aquing nagauang sala.

Sa dibdib ay inilagay
capirasong barong mahal,
at sacá tinanong naman
ang príncipeng si don Juan.

Ano ang sadyá mo bagá
at cusang naparito ca,
anang príncipe at badyá
ganitó po'i, maquinig ca.

Ani don Juan at sulit
ermitañong sacdal diquit,
ang hanap co pong mapilit
ang reinong de los Cristales.

Ang sagót nang ermitaño
Jesús na Panginoon co,
limang daang taón aco
nang pagcatahán co rito.

Ay hindi co naalaman
ang reino nang de los Cristal,
at malayong caharian
ang hanap mong pinapacay.

Tingnán cun sa aquing sacop
sa hayop cong nangag-libot,
cun canilang naa-abot
cahariang cristalinos.

Sa pintó ay lumapit na
campana'i, tinugtog niya,

nagsidating capagdaca
madlang hayop na lahat na.

Doon sa pagcacapisan
nang lahat niyang familiar,
itinanong capagcuan
nitong ermitañong mahal.

Sa inyong paglibot diyan
sa bundóc at caparangan,
sino ang naca-aalam
niyong reinong de los Cristal.

Ang sagót nang calahatán
hindi namin naalaman,
at malayong caharian
ang iyo pong catanungan.

Sampong olicornio bagá
na hari nilang lahat na,
hindi rin macapagbadyá
niyong reinong hanap niya.

Ang uica nang ermitaño
don Juan ay narinig mo,
cahima't, ang familiar co
di masabi ang hanap mo.

Ngayon quita'i, tuturuan
sundin mo't, huag sumuay,
paroon cang magtuluyan
icapitóng cabunducan.

Itong baro ay dalhin mo
sa bundóc na icapitó,
at siyang ipaquita mo
sa daratnáng ermitaño.

At tinauag nanga rito
yaong haring olicornio,
itong príncipe'i, dalhin mo
sa mabunying capatid co.

Si don Juan ay sumacay
sa olicorniong licuran,
lumacad na nagtuluyan
hangang sumapit sa pacay.

Nang sila nga'i, dumating na
sa sadyá nilang talaga,
doon na iniuan siya
olicornio'i, nagbalic na.

Si don Jua'i, capagdaca
nagtuluyan sa ermita,
sa ermitañong maquita
ay tinanong naman siya.

Icao baga'i, ali't, sino
naparitong manunucsó,
aco'i, malaon na rito
ualang naquiquitang tauo.

Isinagót ni don Juan
ualín po ang cagalitan,

naririto'i, iyong tingnán
capirasong barong mahal.

Sa ermitañong maquita
ang damit na mahalagá,
pinalapit nanga siya
at quinuha capagdaca.

Pagca-abót ay hinagcán
at caniyang tinangisan,
at ang uicang binitiuan
calunos-lunos paquingán.

Si don Juan ay nagtacá
sa ermitañong naquita,
lumalo pa nga sa isa
dalang catandaan bagá.

Ang balbás niya sa baba
ay sumasayad sa lupa,
balahibo'i, mahahaba
mapuputi namang paua.

At nag-uica nang ganitó
ang matandang ermitaño,
sino bagáng quinunan mo
mahalagáng barong itó.

Sagót ni don Jua't, badyá
nuno po ay maquinig ca,
sa aquin ang may padalá
ermitañong matanda na.

Ang sagót nang ermitaño
don Juan ay sabihin mo,
ang sadyá mo ay cun anó
nang iyong pagcaparito.

Isinagót ni don Juan
ganito po ay paquingán
ang sadyá co po at pacay
ang reino nang de los Cristal.

Anang matanda'i, ganitó
ang pagcatahan co rito,
nang aco'i, mag-ermitaño
ualóng daang taóng hustó.

Ay hindi co naalaman
cahariang de los Cristal,
anhin co'i, malayong lugar
ang sadyá mong linalacbay.

Tingnán cun sa aquing sacop
ibong naglipád sa bundóc,
cun canilang na aabot
yaong reinong cristalinos.

Sa pintua'i, lumapit na
campana'i, tinugtóg niya,
tanang ibo'i, capagdaca
nagcatipong para-para.

Anang ermitaño naman
sa inyong pag-liliparan,

di ninyó natatausán
ang reino nang de los Cristal.

Ang sagót ngani nang lahat
hindi namin natatatap,
at malayong di hamac
yaong cristalinong ciudad.

Umuling nag-uica siya
cung husto silang lahat na,
ay nagbilang capagdaca
uala ang ibong aguila.

Ay ano'i, caguin-guinsa
sa pag-uusapan nila,
siya nangang pagdating na
nang ibong haring águila.

Nang dumating ay pabagsác
sa pagod na dili hamac,
ang ermitaño'i, nangusap
sa laquing galit na hauac.

Na ang uica bagá niya
doon sa ibong águila,
baquit icao'i, nahulí pa
sa iyong manga familia.

Dili bagá iyong unaua
itong tunóg nang campana,
saan man naroong lupa,
ay oouí cayong biglá.

Sagót nang águila't saysay
panginoon naming mahal,
malayo pong pinagmulán
caya di nila casabáy.

Anang ermitaño naman
sabihin mo't, iyong turan,
ang pinagmulán mong lugar
at nang aquing maalaman.

Sagót nang águila't, sulit
ermitañong sacdal diquit,
pinangalingang cong tiquís
ang reinong del los Cristales.

Caninang umaga lamang
aco ay nag-aalmusál,
sa isang peras na mahal
na ang lasa'i, malinamnám.

Bahag-ya cong naringig nga
yaong tunóg nang campana,
ay lumipád acong biglá
capagala'i, di cauasa.

Ang sagót nang ermitaño
don Juan ay naringig mo,
at doon nangaling itó
sa reinong hinahanap mo.

Uica sa águila'i, ito:
ang príncipe ay dalhin mo,

isang buan sa banta co
doo'i, sasapit na cayó.

Isinagót nang águila
isang bua'i macucuha,
darating pong ualang sala
sa baño ni doña María.

Agad nangang nagpadaquip
niyong ibong maliliit,
siyang babauning tiquis
sa pagpanao at pag-alís.

Tatlóng daan na duruan
ang siyang pinagtuhugan,
at ang balang isa naman
limang libong ualang culang.

Balang isang tuhog bagá
isang ibon ang may dalá,
ito ay baong talagá
na cacanin nang águila.

Si don Jua'i, pinasacáy
na sa águilang licorán,
canilang pinatunguhan,
sinisicatan nang Arao.

Tanang naquiquita lamang
nang príncipeng si don Juan,
ang langit at caragatan
ualang lupang natatanao.

Doon sa sanbuang arao
pag-lipád na ualang tahán,
naubos nacaing tanan
ang tatlóng daang duruan.

Ay ano'i, nang maubos na
yaong baon nilang dalá,
siya nang pagdating nila
sa baño ni doña María.

Niyong oras nang vísperas
nang si don Jua'i, ilapág,
ang águila ay nangusap
ito ang ipinahayag:

Dito na quita iiuan
ay magtago ca don Juan,
nang hindi ca mamalayan
nang manga princesang mahal.

At mamayang á las cuatro
ualang sala't, paririto,
mahal na princesang tatló
na maliligo sa baño.

Di mo bagá naquiquita
bañong paliguan nila,
may sariling titig-isa
at hindi nga magsasama.

Magcacaparis nang gayác
calapati ang catulad,

doon sa cahoy na peras
ay magsisi-dapong lahat.

Paalam aco don Juan
dito na quita iiuan,
bilin co'i, iyong tandaan
huag mong calilimutan.

Nagtago na si don Juan
sa baño ngang paliguan,
at nang hindi mamalayan
cahit sila'i, pumanhic man.

Ay ano'i, caguinsa-guinsa
oras nang á las cuatro na,
ay dumating capagdaca
ang tatlóng manga princesa.

Dumapo na silang agad
doon sa cahoy na peras,
at capua nagsilapág
manga damit ay hinubád.

Nang cay don Juang maquita
yaong si doña María,
ang cariquitan at gandá
nacasisilao sa matá.

Naghubád na capagcuan
damit calapating hirang,
lumusong na nagtuluyan
sa bañong paliguan.

Ang guinaua capagdaca
nitong príncepeng magsiglá,
marahang quinuha niya
damit ni doña María.

At nagtagong uli siya
nang hindi bagá maquita,
nang umahon ang princesa
ang damit niya'i, uala na.

Sabihin pa nga ang galit
nitong princesang mariquít,
nang di maquita ang damit
ito ang ipinagsulit.

Sino cayang lapastangan
ang naparitong nagnacao,
ó baca ang criado naman
nang haring aquing magulang.

Cun sino man siya't, alin
ay ang sucat pag-isipin,
aco'i, pag-iiuang tambing
manga capatid cong guilio.

Nang maguing isang oras na
sa damit niya'i, pagquita,
siya namang paglitáo na
nitong príncipeng masiglá.

Lumuhód na sa harapán
na haluquipquip ang camáy,

cordero'i, siyang cabagay
at nangusap nang malubay.

O mariquit na bathala
cometang nabá sa lupa,
magdala ca ngayong aua
sa aquing ipag-uiuica.

Aba mariquit na Fénix
at Buang sacdal nang lamíg,
sa aquing tinagis-tinagis
matá mo po ay ititig.

Hindi co po maguing sala
ang sa damít mo'i, pagcuha,
at ugali nang may sintá
quiquita nang daan bagá.

Alin naman cayang búhay
mahiguit sa sang-libo man,
na sa galit mo pong tangan
hindi alising paminsan.

Caya mahal na princesa
cun may galit ca pong dalá,
aco ay natatalagá
sa bala mong iparusa.

Sagot nang princesang mahal
cahit aco'i, may galit man,
ay sa iyong pagcalagay
nagdalá nang caauaan.

Aling bagsic nang justicia
ang magbibigay parusa,
sa pacumbabang may sala
dapat ang misericordia.

Cun ang apóy na mainit
nagniningas na masaquit,
capag-sinubhán nang tubig
mamamatay siyang pilit.

May galit man ang loob co
sa damit cong quinuha mo,
napaui ngayong totoo
dahil diyan sa anyó mo.

Nguni't, aco'i, tabi naman
sa iyo príncipeng mahal,
alin bagang caharian
ang iyong pinangalingan.

Sagót ni don Jua't, badyá
ó bulaclac nang sampaga,
ang pinagmulan cong sadyá
ang reino po nang Berbania.

Naparito at naglacbáy
sa iyo pong caharian,
bulá ang aquing sinac-yán
sa guitna nang caragatan.

Caya mahal na princesa
damit mo po'i, abot cuha,

at baca pa ipagdusa
nang búhay co't, caloloua.

Caya cun uala ring daan
ang sinta cong pinag-lacbáy,
ibig co pa aquing mamatáy
dini po sa aquing lagay.

Isinagót nang princesa
ó don Juan de Berbania,
ngayon mo nga maquiquita
tunay na aquing pagsintá.

Dini sa camay cong canan,
magtindig ca at tumangan,
at ito ang tandang tunay
nang pagsintá cong matibay.

Nagtindig na si don Juan
capagdaca'i, hinauacan,
yaong marangal na camáy
at umupong nag-agapay.

Ang uinica sa caniya
ó don Juang aquing sintá,
paquingan at manainga
sa aquing ipagbabadyá.

Pagmalasin mo at tingnan
manga batóng nalalagáy.
siyang nacabacod lamang
sa aming palacio real.

Iyan nga'i, tanong lahat na
sadyá'i, sa pangangasaua,
panang enengcanto sila
nang haring poon cong amá.

Nariya'i, manga príncipe
caballero't, manga conde,
pauang nangaduahagui
sintá nila'i, di nangyari.

Sila ay naguing talunan
naraig sa carunungan,
nang haring aquing magulang
naguing bató ang catauán.

Nagsiparito't, nag-lacbay
ay iyong pacatandaan,
itanim sa gunam-gunam
at huag mong calilimutan.

Na mamayang á las cinco
maguiguising na seguro,
mahal na haring amá co
ay maquiquita ca dito.

Cun icao ay tatanungin
pinagsadyá mo'i, cun alin,
ang iyo namang sabihin
mangangasaua ang hinguil.

At cung tauaguin, ca namang
manhic sa palacio real,

huag magtulóy don Juan
at icao ay mamamatáy.

Ang iyong isagot lamang
sa haring aquing magulang,
acó po ay pag-utusan
nang emperador cong mahal.

Bala niyang ipag-uica
aminin mo namang paua,
hindi icao ang gagauá
at aco'i, siyang bahala.

Paalam aco don Juan
quita muna'i, malilisan.
at mamayang gabi naman
saca quita babalican.

Umalis na capagdaca
yaon ngang tatlóng princesa,
ay siyang pagcaguising na
nang haring canilang ama.

Nang maquita si don Juan
nang haring Salermong mahal
tinanong na capagcuan
cun anó ang sadyá't, pacay.

Sagót ni don Jua't, tugón
ó hari cong panginoon,
icao po ay biguian ngayon
Dios nang magandang hapon.

Ang sagót nang haring mahal
salamat na ualang hangan,
sabihin mo't, iyong turan
ang sadyá mo't, pinag-lacbay.

Ani don Juan at badyá
ó daraquilang monarca,
ang sadyá co pong talagá
hinguil sa pangangasaua.

Cun baga maguiguing dapat
ang Berbania cong ciudad,
masama't, mapaquilangcap
sa iyong coronang hauac.

Ang uica nang haring mahál
icao ay pumanhic naman,
at quita'i, magsalitaan
dini sa palacio real.

Ang sagót ni don Juan
iyan po'i, di pasasaan,
ang hintay co'i, pag-utusan
nang aquing macacayanan.

Nang sa haring mapaquingan
ay tinauag capagcuan,
yaong criado niyang hirang
ito ang siyang tinuran.

Ngayon din magmarali ca
isang salóp na trigo'i, muha,

aquing susubuquin bagá
nagsadyáng mangangasaua.

Ay ano'i, nang dumating na
ang trigong ipinacuha,
don Juan ay sumunod ca
sa útos co ngang lahat na.

At cun di mo masunod nga
ang aquing ipagagaua,
ualáng pagsalang daquila
ang búhay mo'i, mauauala.

Itong trigo ay cunin mo
pag-ingatan mong totoo,
sasabihin co sa iyo
ang lahat nang gagauin mo.

Itong bundóc na mataas
tibaguin mo nang mapatag,
at doon mo nga icalat
itong trigong aquing hauac.

Ngayon din iyong itanim
gabing ito'i, tumubo rin,
sa gabing ito'i, gayon din
iyo namang aanihin.

At sa gabing ito naman
ay gagauin mong tinapay,
sa lamesa co'i, maguisnan
cacanin co sa almusal.

Quinuha na ni don Juan
yaóng trigong ibinigay,
doon sa porterong bahay
biniguian nang tatahanan.

Ang uica nang secretario
sampóng manga consejero,
ano baga't, naparito
ang príncipeng locó-locó.

At hindi na nahinayang
sa iningat niyang búhay,
uala ngang pagsalang tunay
na di siya mamamatáy,

Anó'i, nang magabi na
oras ay á las seis na,
itong si doña María
ay guló ang ala-ala.

Caniyang pinag-lalangán
hari at consejong tanan,
pinatulog na mahusay
isa man ay ualang malay.

Siya ngang pagpanaog na
nang mariquit na princesa,
at pinaroonán niya
si don Juang casi't, sintá.

Capagdating ay nagcamay
at saca tinanong naman

na cung anong cautusán
nang hari niyang magulang.

Anang príncipe at badyá
poon cong doña María,
ang utos nang iyong amá
ganito ay maquinig ca.

Itong trigo'i, ibinigay
sa aqui't, itaním co rao,
at sa gabing ito naman
mamunga't, maguing tinapay.

Sagót ni doña María
don Jua'i, bayaan mo na,
at hindi mahihiya ca
doon sa hari cong amá.

Saan patutungo naman
ang sa haring carunungan,
na májica negra lamang
ang caniyang tinatangnan.

Ang sa cay doña María
hauac ay májica blanca,
ang dunong nang haring amá
ay tinalo nga niya.

Ang uica niya, at saysay
icao ay magpahingalay,
at malaquing iyong pagal
sa layo mong pinagmulán.

Ay ano'i, nang lumalim na
hating gabing tahimic na,
pinalabas nang princesa
carunungang ingat niya.

Oras ding yao'i, napatag
itong bundóc na mataas,
isinabog niyang lahat
ang trigong caniyang hauac.

Ang isang catacá-tacá,
lacás nang májica blanca,
bagong isinasabog pa
oras ding yao'i, namunga.

Nang oras ding yao'i, agád
itong trigo ay guinapas,
maraming umaalagád
oras ding yao'i, nalugas.

Ito'i, salicsihang paua
manga inchic ang nagáua,
pucpóc magcabi-cabila
ingay na ualang camuc-há.

Nang oras na á las cuatro
isinoot na sa horno,
sabihin bagá ang guló
niyong caramihang tauo.

Niyong ngang á las cinco na
ang tinapay ay luto na,

hinango capagcaraca
cay doña Maríang quinuha.

Nanhic sa palacio real
sa lamesa'i, inilagay,
sa cuarto'i, nagtuluyan
at natulog capagcuan.

Ay ano'i, nang maguising na
itong daquilang monarca,
ay nagtuloy sa lamesa
ang tinapay ay naquita.

Nang damputin ang tinapay
ay napaso pa ang camáy,
at bagong hinango lamang
sa hornong pinaglutuan.

Nanguilalás nanga rito
ang hari 't, consejero,
marunong yatang totoo
itong bagong naparito.

Cun caniyang nagaua man
ang hiniling cong tinapay,
sa iba cong cautusán
ay siya nga'i, mamamatáy.

Ay ano'i, nang matapos na
don Jua'i, tinauag niya,
naparoon capagdaca
at siya'i, naquipagquita.

Ang uica nang haring mahal
pumanhic cang magtuluyan,
isinagót niya naman
aco po ay pag-utusan.

Capagcaraca'i, quinuha
ang frascong iningat niya,
ang hari ay nanaog na
ang príncipe ay casama.

Don Juan ngayo'i, tingna mo
ang aquing hauac na frasco,
at ang nasisilid dito
labing-dalauang negrito.

Ito'i, aquing pauaualán
sa tubig nang caragatan,
isilíd mong ulí naman
sa frascong quinalalag-yan.

Isa ma'i huag magculang
sa negritong pauaualán,
huag namang mapalita't,
capalit ang iyong búhay.

Pinaualán nanga rito
labing dalauang negrito,
at nag-uica nang ganitó
ang haring si don Salermo.

Sa umagang mag-almusál
sa lamesa cong cacanan,

maquiquitang ualang culang
negritos cong pauaualán.

Ang frasco'i, ibinigay na
cay don Juan nang monarca,
at sa palacio'i, nanhic na
saca tambing nagpahinga.

Ay ano'i, nang magabi na
oras nang Ave María,
dumating na capagdaca
ang mariquit na princesa.

Tinanong na si don Juan
ni doña Maríang hirang,
na cun anóng cautusán
nang haring caniyang magulang.

Sagót ni don Jua't, badyá
ó poon co't, aquing sintá,
ganito'i, paquingan niya
utos nang mahal mong amá.

Negrito niyang laruán
sa tubig ay pinaualán,
itong frasco ay iniuan
at mulí cong isilid dao.

Na hustong labing-dalauá
ang negritos na lahat na.
capag nagculang nang isa
búhay co ang cahalagá.

Ang sagót ni doña María
ó don Juang aquing sintá,
cun yaón ang utos niya
huag cang mag-ala-ala,

Gasino yaong familiar
nang haring aquing magulang,
capag aquing tinauagan
ay lalapit silang tanán.

Ang dalaua'i, nag-agapay
at sila'i, nagpapanayám,
hangang sa madaling arao
nang canilang salitaan.

At niyong á las cuatro na
ay nag-uica ang princesa,
ó don Juang aquing sintá
ang ilao dalhin mo muna.

Ang frasco'i, dalhin mo bagá
sa dagat quita'i, tumugpá.
yao nanga't, lumacad na
dalauang magcasi't, sintá.

Lumusong silang nagsabay
at ang frasco'i, iniumang,
saca niya tinauagan
ang negritong calahatán.

Balang mahulí sa inyo
nang pagpasoc nga sa frasco,

cahit na sa tubig cayó
masisilab sa galit co.

Sa negritong marinig na
voces ni doña María,
ay nangag-unahán sila
pagpasoc sa frascong sadyá.

Ay sa gayong pagcacalat
negritos niyang tinauag,
sa tacot na dili hamac
nangagsipasoc na agád.

Ang uinica nang princesa
mouí ca na aquing sintá,
aco'i, siyang bahala na
sa palacio'i, magdadalá.

Nagtuloy na si don Juan
doon sa porterong bahay,
si doña María naman
nanhíc sa palacio real.

Inilagay na sa lamesa
yaong frascong dalá niya,
sa cuarto'i, nagtuloy na
at natulog nanga siya.

Ay ano'i, nang maguising na
ang haring Salermo bagá,
sa lamesa ay naquita
ang frasco'i, naroon na.

Quinuha na at tiningnan
ang caniyang calaruán,
hustong hindi nagcuculang
ang negritong pinaualán.

Hindi na cumibó siya
pinaram sa ala-ala,
mayroon pa acong ibang
iúutos sa caniya.

Anó'i, nang quinabucasan
ipinataúag si don Juan,
naparoo't, di sumuay
sa haring Salermong mahal.

Anitong hari at badyá.
yamang pangaco nang una,
na sa utos cong lahat na
don Juan ay susunód ca.

Anang príncipeng daquila
yao'i, totoó cong uica,
utos mo po cun masira
ibig co pang mamatáy nga.

Ang uica nang haring mahal
ganito'i, iyong paquingan,
at nang iyong maalaman
itong aquing cautusán.

Ang ibig co ngayon naman
yaóng bundóc na nariyan,

ay dito sana malagay
sa tapat nang durungauan.

Búcas pagca-umaga nga
cun manungao acong biglá,
hangin sa bundóc tatama
ay pumasoc sa bintana.

Caya hayo na don Juan
utos co'i, sundin mo lamang,
cundi mo magaua naman
capalit ang iyong búhay.

Umalis na capagdaca
at sa bahay omoui na,
nang maca-Ave María
naparoón ang princesa.

Ang uinica sa caniya
ó don Juang aquing sintá,
ay anó ang utos bagá
nang aquing mahal na amá.

Ang utos niya sa aquin
ó sintá co't, aquing guilio,
ganito ay iyong dinguin
at aquing ipagtuturing.

Yaong bundóc na nariyan
aquing palacarin naman,
at caniya rao maguisnan
sa tapát nang durungauan.

At ang hanging magahasa
doon sa bundóc tatama,
at sa pág-ihip na biglá
ay pumasoc sa bintana.

Sagót ni doña María
cun yaon ang utos niya,
huag cang mag-ala-ala
aco'i, siyang bahala na.

Sa canilang salitaan
ay parang isang catauán
nang magmamadaling arao
ang princesa, ay nagsaysay.

Don Jua'i, matulog ca na
at baca napupuyat ca,
aco'i, siyang bahala na
sa poon cong haring amá.

Nang oras ding yaón naman
lumacad ang cabunducan,
doon niya pinatahán
sa bintanang durungauan.

Nang ito ay mayari na
á las cuatro nang umaga,
ang princesa'i, pumanhic na
na di namalayan siya.

Ay ano'i, nang maguising na
itong daquilang monarca,

bintana'i, binucsán niya
at nanungao capagdaca.

Milagro manding daquila
nang Dios na macalinga,
isang hanging magahasa
sa bundóc baga'i, tumama.

Sa simbuyóng calacasan
bilis nang hanging amihan
pumasoc sa durungauan
nang haring Salermong hirang.

Nanguilalás nanga rito
sampóng loob ay naguló
at hindi niya matalo
ang príncipeng naparito.

Ito'i, bayaan co muna
na sa haring ala-ala,
at ang aquing ipagbadyá
nang magdadapit hapon na.

Pinatauag si don Juan
doon sa porterong bahay,
quita ngayo'i, uutusan
sundin mo't, huag sumuay.

Sagót nang príncipe naman
sabihin po't, iyong turan,
at nang aquing maalaman
ang iyo pong cautusán.

Ang uica nang hari't, turing
ó don Juan iyong dinguin,
ngayo'i, aquing sasabihin
yaong lahat mong gagauin.

Ang bundóc mong inilagay
sa tapat nang durungauan,
ay doon maguiguisnan
sa guitna nang caragatan.

At maguing isang castillo
sa limaga'i, maquita co,
at gayon din ang simborio
ang bilog ay paparejo.

Sa castillong yaon naman
ay cun mayari nang tunay,
ay pitó namang halayhay
ang kañon mong ilalagay.

Mulá, sa palacio real
at castillong paroronán,
matuid ang lalacaran
na cauili-uiling tingnan.

Doon sa castillo bagá
dadaanan tang dalauá,
ay anim ang bateria
tatayó ang centinela.

At sa batería naman
ay may cañong malalagay,

na umaga'i, maguiguisnang
pauang nangag-puputucan.

Narito at cunin mo na
itong mazo at barreta,
sampóng pico at cuchara
sa pag-gauá ay talagá.

Quinuha na ni don Juan
ang lahat nang casangcapan,
at siya'i, noui na naman
doon sa porterong bahay.

Ay ano'i, nang magabi na
ora'i, á las ocho bagá,
siya nangang pagdating na
nitong si doña María.

Tinauag na si don Juan
at saca tinanong naman,
na cun anong cautusán
nang haring aquing magulang.

Sinaysay rin namang tunay
nang príncipeng si don Juan.
ang lahat nang cautusán
nang haring Salermong mahal.

At sampong pagbibigay pa
niyong mazo at barreta,
manga pico at cuchara
sa pag-gauá ay talagá.

Isinagót nang princesa
casangcapa'i, aanhin pa,
aco'i, siyang bahala na
sa láhat nang utos niya.

Matulog ca na don Juan
na icao'i, magpahingaláy,
sa umaga,i, maguiguisnán
ang caniyang cahilingan.

Ay ano'i, nang lumalim na
ang gabi ay tahimic na,
sa májicang salamangca
ang castillo'i, guinauá na.

Nang oras na yao'i, agád
ang castillo'i, pinalacad,
doon sa guitna nang dagat
cataasa'i, sacdál taas.

Pitóng andana ang hanay
nitong cañong nalalagáy,
ang calzadang lalacaran
tuloy sa palacio real.

At anim ang batería
na may cañong para-para,
at ang nacacentinela
coroneles na lahat na.

Nang ito'i, mangyaring tunay
cahit isa'i, ualang culang,

ang princesa'i, nalis naman
at sa cuarto'i, nagtuluyan.

Ay anó'i, pagca-umaga
ang hari ay naguisíng na,
ang putuca'i, sabihin pa
sa castillo at batería.

Ang uica nang haring mahal
don Juan quita'i, magpasial,
ating panoorin lamang
sa castillong pagcalagay.

Yáo nanga't, lumacad na
nagpasial silang dalauá,
sinino na capagdaca
nang naroong centinela.

Ang sagót bagá at saysay
aco aniya'i, si don Juan,
anang de la guardia naman
emperador nating mahal.

Dito na ngani nagtaca
ang haring Salermo bagá,
at ang nacacentinela
coroneles na lahat na.

Sa canilang pagpapasial
cabi-cabila'i, putucan,
ang singsing nang haring mahal
nahulog sa caragatan.

Hari'i, nangusap pagdaca
don Juan quita'i, muí na,
at iyong ipatahan na
ang cañóng nagsisisalva.

Itinaás ang espada
cay don Juang, hauac bagá,
ang putuca'i, nagtahan na
at di na naringig nila.

Ang hari ay nagtuluyan
doon sa palacio real,
ang príncipeng si don Juan
nuí sa porterong bahay.

Mapahapong á las cinco
nag-utos sa isang criado,
si don Jua'i, tauaguin mo
at siya'i, hinihintay co.

Naparoo't, di sumuay
itong príncipeng timtiman,
anang hari'i, paquingan
itong aquing cautusán.

Ngayon sa gabing magdamag
paua mong alising lahát,
castillo at baterías
huag cong maguisnan bucas.

At sa dati'i, isauli mo
tapat nang durungauan co,

sa umaga'i, maguisnan co
huag na hindi sundin mo.

Ay ano'i, nang matapos na
yaón utos sa caniya,
si don Juan ay nalis na
sa bahay nuí pagdaca.

Niyong magabi na naman
nanaog na capagcuan,
ang princesang matimtiman
pinaroonan si don Juan.

Tinanong na capagdaca
na cun anong utós bagá
anang príncipe at badyá
ganito ay maquinig ca.

Ang castillong nalalagay
sampó nang batería naman
búcas huag nang maguisnan
nang haring iyong magulang.

Ang uinica nang princesa
ó guilio co't, aquing sintá,
icao ngayo'i, matulog na
aco'i, siyang bahala na.

Nang mahating gabing tapat
ualang malay silang lahat
ay naguing bundóc na agád
yaong castillong mataás.

At nasaulí na sa lagay
ang quinuhang cabunducan,
at ang bitería naman
sa hari'i, hindi naguisnan.

Tinauag namang mulí pa
itong príncipeng masiglá,
naparión capagdaca
sa hari'i, humaráp siya.

Capagdating ni don Juan
hari'i, nangusap pagcuan,
di co yata mabayaran
ang lahat mong capagalan.

Saca ngayon ang isa pa
muling uutusan quita,
anang príncipe at badyá
ay iyo pong sabihin na.

Sa canitang pagpapasial
sa castillong cariquitan,
ang singsing cong minamahal
nahulog sa caragatan.

At sa gabi namang ito
yaón lamang ay cunin mo,
sa umaga'i, maducot co
sa ilalim nang unan co.

Isinagót ni don Juan
cun yaón bagá po lamang,

cahit aquing icamatay
susundin cong malumanay.

Ay ano'i, nang magabi na
á las nueve ang oras na,
dumating na capagdaca
itong si doña María.

Itinanong cay don Juan
ang utos nang haring mahal,
sumagot nang mahinusay
at ganitó ang tinuran.

Ang utos bagá sa aquin
nang haring amá mong guilio,
sa dagat ay aquing cunin
ang diamante niyang singsing.

Anang princesa'i, ganito
tapangan mo ang loob mo,
at itong utos sa iyo
ay panganib na totoó.

Isang batia ang quinuha
nang mariquit na princesa,
may sangcalan at hapác pa
sa dagat sila'i, tumugpa.

Sa batia'i, lumulan agád
ang dalauang magsing-liyag,
pagcapalaot sa dagat
ang princesa ay nangusap.

Huag matacot don Juan
tadtarín mo acong tunay,
at huag matapon lamang
capirasong aquing lamán.

Huag cang matulog naman
at aco'i, iyong abangan,
cunin mo sa aquing camáy
ang singsing cong ililitao.

Tinadtad na ngani niya
itong si doña María,
sa tubig inihulog na
naguing isang isda siya.

Sa calaunang di hamac
sa ilalim ay paghanap,
ay nacatulog na agad
itong príncipeng marilag.

Nang ang singsing ay macuha
naguing tauo ang princesa,
daliri'i, inalitao na
si don Juan ang cucuha.

Sa calaunang pag-litao
singsing sa daliri'i, taglay,
sino ang cucuha naman
natutulog si don Juan.

Sa uala nganing cumuha
singsing sa daliri niya,

mulíng lumubóg pagdaca
itong si doña María.

Lumitao na muling tambing
itong princesang butihin,
at hinihintay na cunin
ang na sa daliring singsing.

At sa uala ring umabot
singsing niyang isinipot,
nasoc sa caniyang loob
si don Jua'i, natutulog.

Lumubóg na mulí bagá
ang mariquit na princesa,
icatlóng pag-litao niya
ang batia'i, siniquil na.

Mulí namang inalitao
ang daliri niyang mahal,
ito namang si don Juan
pagtulog ay cahimbingan.

Sa hindi rin cunin ngani
singsing doon sa daliri,
ay inihulog na mulí
umahon siyang madalí.

Nang sa princesang maquita
si don Juan niyang sintá,
himbing na ualang capara
ay guinising nanga niya.

Dili ang uica co naman
na aco'i, iyong abangán,
at hindi macalilitao
singsing cun aquing tangan.

Tingni itong guinaua mo
ang oras na'i, á las cuatro,
maca mamalayan tayo
nang bunying haring amá co.

Cun caniyang maalaman
lahat nating cagagauán,
aco nga at sampong icao
caniyang papupugutan.

Cundangan ang alang-alang
dalá niyaring caibigán,
quita ay pinahayaang
maguing bató ang catauán.

Marali nang iyong gauin
mulí mo acong tadtarin,
maca ang hari'i, maguisíng
ay uala pa yaong singsing.

Sa pagmamadalí niya
nang pagtadtad sa princesa,
umilandang capagdaca
dulo nang daliri bagá.

Sa tubig nang ihulog na
naguing isdá ang princesa,

ang singsing ay nang macuha
naguing tauong mulí siya.

Sa daliri'i, inilagay
isinipót na ang camay,
quinuha na ni don Juan
at ang princesa'i, lumitao.

At umahon nanga siya
sa batia'i, sumacay na,
dulong hintuturo niya
ang siyang ipinaquita.

Tingnan mo ito don Juan
ang aquing daliri'i, culang,
ito'i, tandaan mo bilang
na sucat ipagcaquilanlan.

Yao na't, umahon bagá
dalauang magcasi't, sintá,
ang princesa'i, nagtuloy na
sa real palaciong sadyá.

Sa pagtulog na mahusay
nang hari niyang magulang,
ipinailalim sa unan
ang singsing na minamahal.

At sa cuarto'i, nagtulóy na
itong si doña María,
at nag-ualáng quibó siya
parang hindi ala-ala.

Ang hari nang maguising na
dinucot ang unan niya,
ay nacuha capagdaca
singsing niyang mahalagá.

Naguló ang gunam-gunam
nang haring Salermong mahal,
at hindi niya mapatay
ang príncipeng si don Juan.

Tingnan dito pa sa isa
na ipag-uutos co pa,
tantó manding ualang sala
na siya'i, mapapatay na.

Tinauag na si don Juan
doon sa porterong bahay,
siya nama'i, di sumuay
naparoon capagcuan.

Anitong hari at saysay
ngayon ay iyong paquingan,
at sa aquing cautusán
sundin mo't, huag maliban.

Aco'i, may isang cabayo
ay mailáp na totoo,
hindi pa sinasac-yan co
sa umaga'i, mansohín mo.

Cunin sa caballeriza
doon natatali siya,

sampú nang freno at silla
naroon ding para-para.

Caya lacad na don Juan
at bucas ca na pariyan
iyong mamansohin lamang
cabayo cong minamahal.

Umoui nanga sa bahay
ang príncipeng si don Juan,
pinag-isip niyang tunay
cabayong patuturuan.

Ay ano'i, nang magabi na
higuit sa Ave María,
ay dumating capagdaca
itong butihing princesa.

Itinanong cay don Juan
na cun anong cautusán,
ganito'i, iyong paquingán
nitong sa aquing tuturan.

Ang utos niya'i, ganitó
siya rao ay may cabayo,
ay mailáp na totoo,
bucas dao ay mansohín co.

Sagót nang princesang mahal
ó sinta co't, aquing búhay,
baca di mo naalaman
ang cabayong tuturuan.

Siya rin nga at di iba
sa cabayo ay papara,
saca ang rienda'i, silla
ang capatid cong dalaua.

At aco ang freno naman
nang cabayo mong sasac-yan,
icao ay magpacatimbang
at doon ca mamamatay.

Tuturuan quitang tambing
nang paraan mong gagauin,
at nang hindi ca patayin
nang cabayong mamansohín.

Cun icao'i, lalapit bagá
doon sa caballeriza,
matá nito'i, magbabaga
nacatatacot maquita.

Cun aayao magpa-silla
ang cabayo'i, mag-aarma,
palo't, dagoc na lahat na
ng gauín mo sa caniya.

Nguni't, icao ay mangilag
sa dambá niya at sicat,
at ang cucó'i, matatalas
ang lamán mo'i, mauaualat.

At cun baga mahina na
lumuluha na ang matá,

saca mo subuan siya
nang freno sampú nang silla.

Ang bahala naman aco
sa bibig nitong cabayo,
sa pagca aco ang freno
ang rienda'i, alagaan mo.

Capag-iyong linubayán
ang riendang iyong tangan,
sa alapaap tatahán
ang cabayong sinasac-yán.

Icao nga ay malalaglag
at ang hangin ay malacas,
sa lupa ca malalagpac
lamán mo'i, mananambulat.

Huag bayaang lumuag
ang riendang iyong hauac,
palo't, taquid nang espuelas
nang manghina siyang agad.

At cun baga mahina na
lauay ay tumutulo na,
iyong ibalíc pagdaca
doon sa caballeriza.

Nang ito ay masabi na
ang lahat na bilin niya,
umalis na ang princesa
si don Jua'i, iniuan na.

Ano'i nang quinabucasan
naparoon si don Juan,
ay dinatnan sa hagdanan
ang lahat nang casangcapan.

Nang sa cabayong maquita
príncipe'i, naroroon na,
nagningas nanga ang matá
apóy ang siyang capara.

At nang anyóng ilalagay
yaong silla sa licorán,
ay nanghina ang catauán
nang cabayong tuturuan.

Di anong magagaua pa
nang siya'i, manglambót na,
inilagay na ang silla
ang freno'i, isinubo na.

Dito nanga nagdarambá
at ibig cagatin siya,
palo't, dagoc na lahat na
ang guinauá sa caniya.

Inacay nanga sa labas
nitong príncipeng marilág,
at sa sacong isinacbát
ang matalas na espuelas.

Sa cabayo'i, sumacay na
anyóng ilulucsó bagá,

hinigpitan na ang rienda
ay bumiling biling siya.

Pálo't, táquid nang espuelas
rienda'i, batac nang batac,
at nang di nga mailipád
ang príncipe sa itaas.

Ano pa't, sa cahirapan
pagdagoc na ualang tahan,
caniyang iniilagan
ang freno'i huag tamaan.

Sa malaquing tacot bagá
cabayong minansó niya.
nag-luhá nanga ang matá
ang lauay ay tumulo na.

Nang maquita ni don Juan
na di na macagulapay,
caniyang sinunód naman
sa princesang cabilinan.

Hinila na ang rienda
sa palacio ay nuí na,
matuid ang lacad niya
tuloy sa caballeriza.

Hinubdán na ni don Juan
nang freno't, sillang maringal,
inilagay sa hagdanan
at umuí na sa bahay.

Ay ano'i, nang magabi na
naparoón ang princesa,
at pinagsabihan niya
si don Juang casi't, sintá.

Búcas ay ualang pagsala
tantong ipatatauag ca,
magtulóy nang pumanhic ca
sa hari'i, maquipagquita.

Siya ay iyong daratnán
sa catre niyang hihigán.
malaqui ang capagalan
masasaquít ang catauan.

Nang ito ay masabi na
ay umalis ang princesa,
sa cuarto'i, nagtuloy siyá
at nang macapagpahingá.

Ano'i, nang quinabucasan
ang criado'i, inutusan,
tauaguin mo si don Juan
dito'i, aquing hinihintáy.

Naparoón na ang criado
sa bahay niyong portero,
aco'i, inutusan dito
nang haring si don Salermo.

Icao ay inaanyayahan
doon sa palacio real,

sumama't, hindi sumuay
sa criadong inutusan.

Nang dumating sa palacio
uica nang hari'i, ganito,
don Jua'i, may damdam aco
masaquit ang aquing ulo.

Yamang iyo nang naganáp
ang manga utos cong lahat,
mamili ca ngayon caguiat
na sa aquing tatlóng anác.

Ang hari'i, nagtindig naman
at sumama cay don Juan,
tatlóng cuartóng mag-agapay
siya nilang linapitan.

Yao'i, capua may bútas
na sa tablang inilapat,
hindi mo natatalastas
cagandahan nila't, quias.

Yaóng hintuturo lamang
ang siyang ipinalitao,
sa cuartong catapusan
doon niya napagmasdan.

Hinauacan capagcuan
yaóng daliring marangal,
at saca siya nagsaysay
ito ang ibig cong tunay.

Hindi nanga binitiuan
sa daliri'i, pagcatangan,
capagdaca ay binucsan
cuartong quinalalag-yan.

Di anong magagaua pa
nitong daquilang monarca,
ang mahal sa loob niya
ang siya bagang nacuha.

Nagsama na capagdaca
magcaibigang dalauá,
nag-isip nag-ala-ala
itong daquilang monarca.

Ang nasoc sa loob niya
ay caniyang ipadalá,
sa capatid niyang sintá
sa reinong Inglaterra.

Cun caniyang magustuhán
ang príncipeng si don Juan,
doon niya ipacasal
at caniyang alagaan.

O cun dili caya naman
at di niya magustuhan,
ang príncipeng si don Juan
ay caniyang ipapatáy.

Ito'i, lihim na di hamac
na guinaua niyang sulat,

ay natantó namang agád
niyong princesang marilag.

Cun yaón ang calooban
nang haring aquing magulang
aco ang gagaua naman
isang mabuting paraan.

Inutusan capapdaca
si don Juan niyang sintá,
doon sa caballeriza
isang cabayo'i, cumuha.

Iyong bibilangin lamang
ay ang icapitong tunay
na mangaling sa pintuan,
ang cunin mo at siyahán.

Dito'i, umalis na quita
sa Berbania ay mouí na,
at tayo'i, ipadadalá
sa reinong Inglaterra.

Si don Jua'i, nanaog na
tungo'i, sa caballeriza,
sa pagmamadali niya
icaualó ang nacuha.

Sinubuan nangang tambing
nang freno't, sillang magaling,
ay siya namang pagdating
nitong princesang butihin.

Nang ito baga'i, maquita
cabayong sasac-yán nilá,
nagdala rin nang pangambá
ang mariquit na princesa.

At nangusap cay don Juan
quita'i, panganib sa daan
sa di pagsunód mong tunay
sa lahat cong cautusán.

Di ang bilin co sa iyo
cunin mo ang icapitó,
ay baquit ang icaualó
ngayo'i, siyang quinuha mo.

Di anong magagaua pa
siya'i, siyang nariyan na,
sumacay na ang dalauá
at umalis capagdaca.

Nang silá ay mapalual
sa labas nang caharian,
agad silang namalayan
nang haring Salermong mahal.

Hinabol nanga't, sinundan
ang dalauang nagtaanan,
nang sila'i, maa-abutan
ang princesa ay nagsaysay.

Don Jua'i, naririto na
ang habol ay malapit na,

panganib quitang dalauá
sa hari na aquing amá.

Tingnan mo ang calacasan
nang cabayo mong iniuan,
quita ngayo'i, aabutan
dito sa guitna nang parang.

Ang guinaua nang princesa
niyong aabutan sila,
inilaglag capagdaca
ang carayom niyang dalá.

Ay naguing tinic na bacal
ang hari'i, di macaraan,
hindi macasagui naman
ang cabayong sinasac-yan.

Sa malaquing galit bagá
sa nagtaanang dalauá,
sa cabayo'i, lumunsád na
at hinauanan na niya.

Husto ngang dalauang arao
bago niya nahauanan,
at tatlong leguas ang lagay
nang dalauang sinusundan.

Hinabol nangang muli pa
ibig ding mapatáy niya,
ibon ang siyang capara
tulin nang cabayo bagá.

Nang malapit nang abutan
princesa'i, muling nagsaysay,
don Jua'i, eto na naman
ang haring aquing magulang.

Ang guinaua nang princesa
quinuha ang sabón niya,
sa lupa'i, inihulog na
naguing isang bundóc bagá.

Hindi ngani magcaraan
ang cabayong sinasac-yan,
nababaón ang catauán
sa sabón na cabunducan.

Naisip sa loob bagá
nitong daquilang monarca,
na hilahin ang rienda
at mag-libid capagdaca.

Ang lagay apat na leguas
nang dalauang magsing-liyag,
sa malaguing paghihirap
cagalita'i, dili hamac.

Na sa gayong calayo na
at di na niya maquita,
hinabol din capagdaca
ang nagtaanang dalauá.

Nang malapit nang abutan
princesa'i, agad nagsaysay,

naquita mo na don Juan
tayo ngayo'i, aabutan.

    Cung culanging palad quita
ito na ang ating hanga,
papataying ualang sala
nang haring poon co't, amá.

    Ang guinaua nang princesa
niyong aabutan sila,
ang coje niya'i, quinuha
sa lupa'i, inihulog na.

    Naguing isang caragatan
na malalim at maluang,
hindi nanga nacaraan
cabayo nang haring mahal.

    Di anong magagaua pa
di na macahabol siya,
guinaua nang hari baga
benendicionan pagdaca.

    Sa pangalan nang May-gaua
nang Dios Haring daquila,
ito ngayong aquing sumpa
tumaláb sa iyong paua.

    Cun icao'i, dumating diyan
sa reinong paroroonan,
tunay na icao'i, iiuan
sa labás nang caharian.

Icao naua'i, malimutan
nang príncipeng si don Juan,
at icao ay pabayaan
sa iba siya pacasal.

Sa masamang capalaran
itong hari'i, nagcadamdam,
sa dalamhati at lumbay
ay siyang iquinamatáy.

Ito'i, lisanin co muna
ang namatáy ay anhin pa,
ang aquing ipagbabadyá
si don Juan at princesa.

Nang sila ay dumating na
doon sa labas nang villa,
ay nangusap capagdaca
si don Juang casi't, sinta.

Dito ay quita'i, iiuan
icao'i, huag malulumbay,
sa pagca't, tantong mahalay
pumasoc na gayon lamang.

Isinagót nang princesa
ó don Juang aquing sintá,
ay di maliligalig pa
ang mahal mong haring amá.

Sagót nang príncipe't, saysay
totoo sintá co't, búhay

sa iyo nama'i, mahalay
di salubungin sa daan.

Cay doña Maríang turing
sa uinica mo sa aquin,
itong aquing tagubilin
sa loob huag limutin.

Cun icao ay dumating na
sa real palacio bagá,
ay huag palalapit ca
ni sa iyong reinang iná.

Sa cangino mang babayi
don Jua'i, iyong paquingui,
sa reino'i, huag mangyari
aco'i, mauaualang puri.

Capag icao'i, nalapitan
nang babaying sino pa man,
aco'i, macacalimutan
sa villa't, labás nang bayan.

Sagót ni don Jua't, badyá
huag cang mag-ala-ala,
aco'i, ualang ibang sintá
hindi malilimutan ca.

Lumacad na si don Juan
pumasoc sa caharian,
at nagtulóy capagcuan
sa hari niyang magulang.

Nang siya ay dumating na
sa harap nang haring amá,
caguluha'i, sabihin pa
nang consejerong lahat na.

Sa malaquing caingayan
sa loob nang caharian,
ito'i, agád napaquingan
ni Leonorang timtiman.

Binucsán na niyang tambing
yaong silíd niyang lihim,
lumapit nanga sa siping
ni don Juang sinta't, guilio.

Umupo na capagcuan
doon sa sinapupunan,
nauala sa gunam-gunam
princesa niyang iniuan.

Ang uica ni Leonora
ó daraquilang monarca,
dinguin nang iyong alteza
ang aquing munting querella.

Pagca't, ngayo'i, narito na
ang sa aquin ay cumuha,
tapós na po ang panata
na hiningi co nang una.

Aco'i, dito pacacasal
at siyang aquing catipán,

139

si don Pedrong tampalasan
sa loob co ay masucal.

Sucat na po haring mahal
ang aquing munting tinuran,
at di co ibig masaláng
sugat nang puso co't, subiang.

Ang hari ay natiguilan
nang sa princesang tinuran,
at tila mandin may bagay
ay hindi tapatin lamang.

Napaayon capagdaca
itong daquilang monarca,
cahit cay don Juan bagá
tunay ring manugang quita.

Sa lingo'i, ualang pagliban
ang sa inyo'i, pagcacasal,
nguni ay mayroong lamán
ang sabi mong binitiuan.

Ang sagót ni Leonora
mayroon nga po aniya,
at cun aquing ipagbadyá
malalagót ang hiningá.

Cun aquin na pong macamtán
yaong matrimoniong mahal,
saca co po isasaysay
ang lihim cong iningatan.

Ito'i, lisanin co muna
ang súgat nang púso niya,
at ang aquing ipagbadyá
itong si doña María.

Nang maguing tatló nang arao
ang caniyang paghihintay,
nang uala rin si don Juan
balisa ang gunam-gunam.

Ito'i, malilihim bagá
sa dunong na iningat niya,
ay natantó capagdaca
nang mariquit na princesa.

Na sa lingo'i, icacasal
ang príncipeng si don Juan,
aco'i, maquiquipagcangay
sa arao nang cafiestahan.

Madali't, salita bagá
ay hahaba ang historia,
ang lingo'i, nang dumating na
gumayác na ang princesa.

At sa singsing nganing mahal
na caniyang iniingatan,
ay humingi capagcuan
carrosa niyang sasac-yán.

Humingi rin naman siya
nang damit emperadora,

sa arao na yaón bagá
ay lumitao capagdaca.

At tambing nangang nagbihis
niyong damit emperatriz,
lalong nagningning ang diquit
serafin mandin sa langit.

Sa carrosa ay lumulan
itong princesang timtiman,
ang catulad at cabagay
yaong luminariong Buan.

At ang nangag-sisihila
cabayong labing-dalauá,
magcaparis ang hichura
naca-aalio sa matá.

Anim ang cocherong hirang
sa cabayo'i, sumasacáy,
at saca anim din naman
ang librea sa licorán.

Magcaparis ang vestido
nang librea at cochero,
pumasoc nanga sa reino
ang emperatriz na bago.

Sa arao ring itó bagá
icacasál ang dalauá,
príncipe't, si Leonora
at sila'i, mag-aasaua.

Nang maquita sa palacio
ang carrosang guintong puro,
anang haring don Fernando
emperatriz sa banta co.

Ay ating itiguil muna
pagcacasal sa dalauá,
baca manonoód siya
nitong pagdedesposada.

Ang uica nang calahatán
emperatriz nga po iyan,
manonoód ang dalihán
sa bago pong icacasal.

Nang dumating sa harapán
sinalubong sa hagdanan,
anang hari't, manga mahal
emperatriz na marangal.

Sila ay nagsi-loclóc na
sa manga uupáng silla,
ay nangusap capagdaca
itong si doña María.

Ang sadyá co pong talagá
manoód nang desposada,
acó yata'i, nahulí na
at silá ay nacasál na.

Ang sagót nang haring mahal
emperatriz na marangal,

natiguil ang pagcacasál
sa iyo po ang dahilán.

Ang uica niya at saysay
haring macapangyarihan,
aco ang corderang leal
na naparitong nag-lacbáy.

Di caya mangyari bagá
mahal na vuestra alteza,
isang laro'i, ipaquita
dito sa novio at novia.

Ang uica nang hari't, saysay
ó emperatriz na mahal,
ituloy ang calaruan
sa haráp nang capisanan.

Nang ito ay marinig na
nang bunying emperadora,
quinuha na capagdaca
diamanteng singsing niya.

At humingi naman dito
nang isang malaquing frasco,
na may lamáng tubig ito
may negrita at negrito.

At isang corong músico
ang hiningi naman dito,
di naman maquiquita mo
ang tumutogtóg na tauo.

Ang isang catacá-tacá
sa laróng palabás niya,
ay may hauac na suplina
ang mariquit na negrita.

Siya ngang pag-uinica na
ang músico'i, tugtuguin na,
at magsayáo ang dalauá
na negrito at negrita.

Sinong di matuá naman
sa dalauáng nagsasayáo,
sa tugtóg ay nababagay
yaóng quilos nang catauan.

Mag-uiuica capagdaca
itong si doña María,
itiguil iyang música
pag lilibad nang dalauá.

At saca tatanong bagá
itong mahal na negrita,
cun hindi naquiquilala
yaóng si doña María.

Sagót naman nang negrito
hindi naquiquilala co,
iyang itinatanong mo
di co masabi cun sino.

Diyata don Juan aniya
hindi mo naquiquilala,

itong mahal na princesa
siya mong casamasama.

Nang icao ay pag-utusan
nang hari niyang magulang,
tibaguin ang cabunducan
ang trigo ay ibinigay.

Di niyon ding gabí bagá
itong trigo ay namunga,
guinauang tinapay niya
sa palacio ay dinalá.

Cun hindi naalaman mo
guinauáng bien sa iyó,
ang suplina sa camay co
madurog sa catauán mo.

Saca papaluin naman
ang negritong caagapay
cun ano't, ang nasasactán
ang príncipeng si don Juan.

Aróy co ang uiuicain
sinong pumalo sa aquin,
capagdaca ay lilingapin
ay ualang tauong casiping.

Siyang pag-uiuica naman
ulitin ninyo ang sayáo,
músico'i, magtutugtugan
nacaaalio sa lumbay.

Sacá naman mag-lilibád
negrito't, negritang hayág,
maraming tauong di hamac
ang nagsisi-panguilalás.

Uica ni doña María
itiguil iyang música,
at sacá tatanóng bagá
sa negrito ang negrita.

Niyóng icao'i pag-utusan
nang hari niyang magulang,
na sa dagat ay paualán
ang caniyang calaruan.

Labing-dalauang negrito
ang nasisilíd sa frasco,
sabihin mo sa harap co
cun sinong humuli nito.

Dili si doña María
na iyong casama-saíma,
at ang frasco'i, hauac niya
may ilao ca namang dalá.

Di siya rin ang naglagay
sa frascong quinasisidlán,
siya ring nagdala naman
doon sa palacio real.

Isinagót naman dito
hindi naquiquilala co,

papaloin nanga rito
nang negrita ang negrito.

Cun ano at si don Juan
ang siya ngang nasasactán,
marahás na carunungan
sa princesang tinatangnan.

Nang calahati nang oras
ang canilang paglilibad,
ay muli namang nangusap
yaong princesang marilág.

Ang uica'i, itiguil muna
ang pagtugtog nang música,
ang negrita'i, tatanong na
sa negrito na casama.

¿Diyata't, di mo quilala
yaong si doña María!
ay hindi ang sagót niya
cun sino't, cun alín siya.

Anitong negrita naman
sasabihi'i, paquingán,
at nang iyong maalaman
nagligtás sa iyong buhay.

Hiniling sa iyo naman
mataas na cabunducan,
at doon nga maguiguisnán
sa tapát nang durungauan.

Ang uinica nang negrita
ganito'i, tahaquin co na,
at nang iyong maquilala
yaong si doña María.

Ang bundóc mong inilagay
sa tapat nang durungauan,
doon naman maguiguisnan
sa pusod nang caragatan.

At guinaua pang castillo
nang pag-ibig nga sa iyo,
saca ngayo'i, nilimot mo
at hindi mo asicaso.

Singsing nang haring mahal
nahulog sa caragatan,
di iyong tinad-tad naman
si doña Maríang hirang.

Ang capirasong daliri
sa dagat natapon ngani,
naguing tandang icauari
sa pagquilalang madali.

At bucód sa rito naman
nang sa iyo'i, paturuan,
ang cabayong tampalasan
na lalo mong camatayan.

Di guinauán ca nang daan
niyang princesang marangal,

ang ama'i, cahit masactán
sa pagsintá ang dahilán.

Di nang macapanhic ca na
sa real palaciong sadyá
cayong dalaua'i, nagsama
sa sariling cuarto niya.

Ay naisip capagdaca
nang haring caniyang amá,
na cayó ay ipadalá
sa reinong Inglaterra.

Si doña María naman
gumaua rin nang paraan,
at nang cayo'i, macatanan
sa reinong de los Cristal.

Niyong cayo'i, aabutan
nang hari niyang magulang,
ay caniyang hinadlangan
nang matinic na cauayan.

At bago nga nacaraán
ang haring Salermong mahal,
ay tatlóng leguas ang lagay
niyong inyong calayuan.

Hinabol cayong dalauá
nang anyong aabutan na,
ang sabóng caniyang dalá
sa lupa'i, inihulog na.

Tingnan mo ang carunungan
niyong princesang timtiman,
naguing isang cabunducan
yaong sabóng binitiuan.

Hindi nanga nacaraan
ang cabayong sinasac-yán,
apat na leguas ang lagay
niyong inyong calayuan.

Diyata't, sa lahat bagá
nang hirap niyang dinalá,
hindi mo pa naquilala
yaong si doña María.

Papaluin capagcuan
ang negritong calibaran,
cun ano't, ang nasasactán
ang príncipeng si don Juan.

Uiuicain nang negrita
diyata't, totoó bagá,
sa loob mo'i, nauala na
yaong mahal na princesa.

Papaluing ualang tahan
ang negritong caagapay,
boong cataua'i, nag-latay
nang príncipeng si don Juan.

Ang uica ni doña María
tugtuguin yaong música,

nagsayáo na mulí bagá
ang negrito at negrita.

Ay nang may isang oras na
pag-lalaró nang dalauá,
ay nangusap ang princesa
ang músico'i, itahán na.

Ang tanong nitong negrita
don Jua'i, diyata bagá,
totoong di mo quilala
itong si doña María.

Isinagót nang negrito
hindi natatalastas co,
anang negrita'i, ganito
sasabihi'i, paquingan mo.

Di cayo'i, nang aabutan
nang haring Salermong mahal,
gumaua pa nang paraan
itong princesang timtiman.

Di ang coje niyang dalá
sa lupa'i, inihulog na,
naguing dagat capagdaca
hindi nacatauid siya.

At nang cayo'i, dumating na
Ermopolisis na villa,
sa bahay niyong pastora
iniuan mo ang princesa.

Di ang bilin niyang tunay
sa babaing cangino man,
huag palapit don Juan
at siya'i, malilimutan.

Cundi mo pa sinusucat
dinaanan niyang hirap,
ngayon na ang pagcautás
ng buhay mong ualang palad.

Sa oras ding ito bagá
ang músico'i, naualá na,
ang negrito at negrita
hindi na nila naquita.

At ang frasco nga ang siyang
bucód na natira lamang,
siya ang quinalalag-yan
niyong cay don Juan buhay.

Ang uinica nang princesa
diyata don Juan aniya,
di mo pa naquiquilala
yaong si doña María.

Yayamang gayon din lamang
aco'i, ualang cabuluhán,
pagsisi nang casalanan
at siya mong cahanganan.

Siya nangang pagdampot na
sa frasco nitong princesa,

at babasaguing talaga
sa malaquing galit niya.

Dito nanga naramdaman
nang príncipeng si don Juan,
at naquilala ngang tunay
si doña Maríang mahal.

Linapitan capagdaca
at saca niyacap niya,
icao nga ang aquing sinta
na iniuan co sa villa.

Aco ang may casalanan
sucat mong paghinanactan,
pagca't, aco'i, nalapitan
ni Leonorang timtiman.

Aco'i, parang ulól bagá
na sa loob cong mag-isá,
cundi ngayon lamang sintá
hindi co na-ala-ala.

Icao ang sintá cong tunay
na pinagsadyáng linacbáy.
sa reinong de los Cristal
ang pinuhunan co'i, búhay.

Patauad doña María
sa aquing pagcacasala,
ang cataua't, búhay co pa
ay sa iyo't, di sa ibá.

At saca nag-uica naman
ó haring aquing magulang,
dito acó ipacasál
sa emperatriz na mahal.

Anang doña Leonora
mahal na vuestra alteza,
sandaling paquingán niya
ang aquing munting querella.

Ngayon co na po tuturan
ang lihim cong iningatan,
at nang iyong maalaman
yaong hirap ni don Juan.

Aco ay doon quinuha
sa bundóc niyong Armenia,
cami ay magcacasama
capatid cong doña Juana.

Tiuasáy ang aquing lagay
sa lupang cailaliman
ang príncipeng si don Juan
ang siyang cumuha lamang.

Bucód dito ang isá pa
ó daraquilang monarca,
nang siya'i, pagliluhan na
capatid niyang dalauá.

Nang caniyang pagbalicán
ang singsing cong minamahal,

siya'i, agád tinalian
magcapatid na sucaban.

Nang mayroong sampóng dipá
ang lubid na nahulog na,
ay tinagpás nang espada
ni don Pedrong palamara.

Nang maquita co ang lagay
nang príncipeng si don Juan,
acó tantong daramay
sa quinahulugang hucay.

Aco'i, agad sinungaban
ni don Pedrong tampalasan,
ang lobo co sa sucbitan
ang quinuha co na lamang.

Inihulog co sa hucay
at aquing pinagbilinan
cahit patáy si don Juan
ay iyong pag-remediohan.

Ito nga po haring mahal
ang iyo lamang hatulan,
cun siya'i, dapat macasal
cay doña Maríang hirang.

Ang uica nitong monarca
icao ang unang nacuha,
an sagót ni Leonora
aco nga po't, dili ibá.

Sa iyo ang carampatan
si don Juan ay ipacasál.
sapagca't, iyong binuhay
sa balóng quinahulugan.

Sa hatol bagang nasambit
sinong macapag-aalis,
doña María'i, nagtindig
at capagdaca'i, nagsulit.

Ito ang uinica niya
ó daraquilang monarca,
dinguin ngayon nang lahat na
ang aquing munting querella.

Ang uica nang haring mahal
sabihin mo na at turan,
at nang aquing maalaman
ang iyong pahahatulan.

Ang uica ni doña María
cun gayon po'i maquinig ca,
cay don Juan dahil bagá
ang aquing pinag-hablá.

Naparoon at nag-lacbay
sa reinong de los Cristal,
cami ay nagcaibigan
usapan nami'i matibay.

Gaano ang búhay niya
sa utos nang aquing amá,

acó ang naghirap bagá
na sumunód sa caniya.

Cun aquing pinabayaan
ang príncipeng si don Juan,
hindi na darating naman
doon siya mamamatáy.

Naguló ang gunam-gunam
ng haring Fernandong mahal,
cumuhang sanguni naman
sa arzobispong marangál.

Ang sa arzobispong saysay
cun sinong unang catipán,
siyang dapat pacasalán
nang príncipeng si don Juan.

Sagót ni doña María
ó amá nang caloloua,
ang sa tauong puri bagá
di búhay ang cahalagá.

Anang arzobispo naman
ngayo'i, uala ca nang daan,
at may na unang catipán
na marapat pacasalán.

Cay doña María'i, itó
cun uala ring daan aco,
hinauacan nanga rito
yaóng itiniráng frasco.

Ibinuhos na marahan
ang tubig sa frascong mahal,
ano pa nga't, nag-languyan
ang tauo sa caharian.

Ang tubig ay umapao nga
hangang palaciong bintana,
dito'i, agád nanga mutlá
ang lahát nang tauong madlá.

Ang uinica ni don Juan
sucat na sintá co't, búhay,
aquing ipa-aaninao
ang totoong catuiran.

O mahal na pontífice
cay Jesús na cahalili,
yaring aquing munting sabi
ngayo'i, sandaling paquinguí.

Ang princesa Leonora
ay hindi co tangcá siya,
sa balóng aming sinonda
doon co lamang naquita.

Pinuhunan co nga'i, búhay
sa serpienteng nacalaban,
at cay doña Juana naman
sa giganteng nagtatangan.

Cun caya pinagliluhan
manga capatid cong hirang,

sa singsing niyang naiuan
na aquing pinagbalican.

Abót na princesang mahal
ang singsing mong nalimutan,
at dito nagmulang tunay
tanang aquing cahirapan.

Sa búhay cong pinuhunan
nang sa iyo ay pag-agao,
bagama't, iyong binuhay
bilang nacapalit lamang.

At nag-uica si don Juan
dito aco pacacasál,
sa princesang lubhang mahal
sa reinong de los Cristal.

Ang uica nitong monarca
cay don Pedro'i, pacasál na,
at hindi naman sa ibá
at tunay ring anác quita.

Sapagca't, uala cang daan
cay don Jua'i, mapacasál,
matigas ang carunungan
ni doña Maríang mahal.

Ang sagót ni Leonora
ó daraquilang monarca,
icao po ang bahala na
gauin ang balang magandá.

Nang maringig yaon bagá
nang haring caniyang amá,
sumanguning muli siya
sa arzobispo ngang sadyá.

Ano pa nga at nagcabagay
pinag-isang catuiran,
tinauag nilang marahan
doña Leonorang mahal.

Nang oras ding yaón naman
sabáy silang iquinasál,
fiesta'i, dalauang siyam
sa Berbaniang caharian.

Ay ano'i, nang matapos na
ang canilang pagsasayá,
isasalin ang corona
cay don Juang anác niya.

Si doña María'i, nag-uica
ó monarcang daraquila,
sumandaling mag-unaua
sa aquing ipag-uiuica.

Ang corona't, cetrong mahal
si don Pedro ang salinan,
aco'i, may corona naman
sa reinong de los Cristal.

Sa uinicang ito baga
niyong si doña María,

ipinutong capagdaca
cay don Pedro ang corona.

Ang sa mariquit na reina
bunying doña Leonora,
ibinigay sa caniya
ang mahal na diadema.

At sila'i, umúi naman
sa reinong de los Cristal,
gayong layong linacaran
isang oras na linacbay.

Ang catulad at capara
nitong si doña María,
lumabás sa, isang guerra
at nanalong nagvictoria.

Ito'i, aquing pabayaan
victoria niyang quinamtán,
at aquing ipagsasaysay
ang canilang paglalacbay.

Nang sila'i, dumating naman
sa reinong de los Cristal,
uala nanga at namatáy
ama't, capatid na hirang.

Ang dinatnan sa palacio
secretario't, consejero,
siya ngang pagdating dito
nang emperador na bago.

Yaong encantong laon na
ay inalis capagdaca,
yaóng batóng balót nila
nagsilitao na lahat na.

Ang lihim na iningatan
nang hari nilang magulang
sa panahóng ito naman
ay caniyang inalitao.

Ang tigre't, león sa parang
at tauo sa caharian,
sila'i, nangagsipaluál
sa balát cayong catauan.

Nang, mangyaring malabas na
ang tauo ay cumapal na,
nagpahanda nang lamesa
itong si doña María.

Ang silla'i, gayon din naman
ay husto ring ualang culang,
ang pagcaing bagay-bagay
sa lamesa'i, nalalagay.

At sa dulo nang lamesa
mayroong dalauang silla,
na uupán bagáng sadyá
nang príncipe at princesa.

Sacá naman capagdaca
itong si doña María,

nuha nang isang bandeja
inilagay ang corona.

Cumuhang sintabi naman
sa haráp nang manga mahal,
na naroong napipisan
consejeros bagáng tanán.

Pagmalasi't, tingnan ninyo
ang emperador na bago,
siyang nahalili ito
doon sa haring amá co.

Ipinutong capagdaca
yaong cetro at corona,
at sa cay doña María
ang mahal na diadema.

Matapos umagapay na
ang bunying emperadora,
at cumain ang lahat na
sa mariquit na lamesa.

Nang sila ay matapos na
nang pagcaing mahalagá,
nagsi-tindig na lahat na
para-parang nangag-viva.

Viva ang inahihiyao
nang boong sangcaharian,
mabuhay na ualang hangan
ang emperador na mahal.

Sabihin bagá ang guló
doong sa loob nang reino,
arao, gabi ang músico
ualang tahan sa palacio.

Ay ano'i, sa matapos na
siyam na arao na fiesta,
caguluha'i, payapa na
nitong bagong nagcorona.

Ang emperador na mahal
at asaua niyang hirang,
nagpasunod nang mahusay
sa tanang nasasacupan.

Ano ipa't, silang dalauá
sing-ibig na mag-asaua,
mahusay ang pagsasama
ualang pagtatalo bagá.

Sila'i, lubós nagcabagay
at capua manga mahal,
mag-utos pa ay malubay
sa manga vasallong tanán.

Caya nga't, ang naging hangá
nitong bunying mag-asaua,
nang sila'i, mangamatay na
quinamtan ang santa gloria.

Ito ang dapat tularan
nang mag-asauang sino man,

ang loob na cababaan
capatid nang capalaran.

   Aquin nang bibig-yáng hangá
corridong ipinagbadyá,
cun sa letra'i, may sumala
capupunan ay cayó na.

CATAPUSAN

9 781015 578968